ஸ்ரீ அரவிந்தர்

உள் அட்டையில் காணும் சிற்பக் காட்சியில், பகவான் புத்தரின் அன்னை மாயாதேவி கண்ட கனவின் பலனை மன்னர் சுத்தோதனருக்கு நிமித்திகர் மூவர் விளக்குகின்றனர். அவர்களுக்குக் கீழே அமர்ந்து அந்த விளக்கத்தை எழுதுகிறார் ஓர் எழுத்தர். எழுதும் கலையைச் சித்தரிக்கும் முதல் இந்தியச் சிற்பம் இதுவாகவே இருக்கலாம்.

நாகார்ஜுன மலைச்சிற்பம் கி.பி. இரண்டாம் நூற்றாண்டு.
(படஉதவி: நேஷனல் மியூசியம், புது தில்லி)

இந்திய இலக்கியச் சிற்பிகள்
# ஸ்ரீ அரவிந்தர்

ஆசிரியர்
**மனோஜ் தாஸ்**

தமிழாக்கம்
**பி. கோதண்டராமன்**

சாகித்திய அகாதெமி

**Sri Aravindar - Original** Monograph in English by Manoj Das, 'Sri Aurobindo' Translation in Tamil by P. Kothanda Raman, Sahitya Akademi, New Delhi, (Re-Print 2018), Rs. 100/-

© *சாகித்திய அகாதெமி*

முதல் பதிப்பு : 1976
இரண்டாம் பதிப்பு : 1986
மூன்றாம் பதிப்பு : 1988
நான்காம் பதிப்பு : 2006
ஐந்தாம் பதிப்பு : 2011
ஆறாம் பதிப்பு : 2018

**தலைமை அலுவலகம்:**

சாகித்திய அகாதெமி, 'இரவீந்திர பவன்,' 35, பெரோஸ்ஷா சாலை, புது தில்லி - 110 001.

**விற்பனை அலுவலகம்:**

'ஸ்வாதி,' மந்திர் சாலை, புது தில்லி - 110 001.

**மண்டல அலுவலகங்கள்:**

மத்தியக் கல்லூரி வளாகம், பல்கலைக்கழக நூலகக் கட்டடம், டாக்டர் அம்பேத்கர் வீதி, பெங்களூரு - 560 001.

4, டி.எல். கான் சாலை, கொல்கத்தா - 700 025.

172, மும்பை மராத்தி கிரந்த சங்கிரகாலய சாலை, தாதர், மும்பை - 400 014.

**சென்னை அலுவலகம்:**

குணா பில்டிங்ஸ், 443, அண்ணா சாலை, தேனாம்பேட்டை, சென்னை - 600 018.

ISBN-978-81-260-2200-0

Rs. Rs. 100/-

Visit our Website at http://www.sahitya-akademi.gov.in

Laser Execution by: **vsn - Image Digital,** *Chennai - 17.*

Cover Design: Orange Communications , Chennai - 17.

Printer: Imperial Graphics, Chennai - 1.

## பொருளடக்கம்

1. குழந்தைப் பருவம் — 7
2. ஆரம்பகாலத்திய தெய்விக அகத் தூண்டுதல்கள் — 14
3. இலக்கிய, ஆன்மிக சாதனையின் உதயம் — 20
4. தேசபக்தக் கவி — 37
5. தேசியத்தின் திருநாவுரையர் — 50
6. மன்பதையின் அன்பர் — 62
7. அன்பையும் வைகறையையும் பாடும் கவி — 73
8. கடந்தகாலப் பாரதத்தின் வெளிப்பாடு — 80
9. தெய்விக வாழ்க்கையின் மாபெருஞ் செய்தி — 85
10. வருங்காலக் கவிதையும் கவின்கலைத் தத்துவமும் — 95
11. விதியின்படி வருங்காலத்தில் மனிதன் அடையவிருக்கும் நற்பேறு பற்றிய மகாகாவியம் — 104

### அனுபந்தம்

பரமன் — 115
ஆண்டவன் வரும் நேரம் — 117
சுதந்திரத் திருநாளுக்காக விடுக்கப்பட்டுள்ள செய்தி — 118
சில மைல் கற்கள் — 123
நூற்பட்டியல் — 126

- - -

# 1
## குழந்தைப் பருவம்

ஓயாமல் அலையும் மானிட மனத்தில் புத்துலகம் வெறும்
ஓர் எண்ணமாகவோ, மகாத்மா ஒருவரின் கனவாகவோ,
தொல்லை தரும் ஒரு மாயத் தோற்றமாகவோ மட்டுமே
இன்னும் இருந்து வருகின்றது.

பழையதிலிருந்து புதுப் படைப்பொன்று எழும்,
தெளிவாகப் பேசும் ஆற்றலற்ற ஒரு ஞானம் திருவாய் மலர்ந்துபேசும்,
வெளிப்படாமல் அடக்கப்பட்டுக் கிடந்த அழகு
விண்ணுலகப் பொலிவுடன் திடீரென மலரும்,
இன்பதுன்பங்கள் பேரானந்தத்தில் பாய்ந்து மூழ்கும்,
ஊமையாகிவிட்ட தெய்வமொழியாளன் கடைசியாக
                              வாய்திறந்து பேசுவான்,
மனத்திற்கு மேலே விளங்கும் உயரிய உணர்வுநிலை[1]
            இப்புவியில் ஒளி பெற்று ஓங்கும்.
ஆதி, அந்தம், காலம் என்னும் வரம்புகள் இல்லாத பரம் பொருளின்
அற்புதங்கள் காலத்தின் தாண்டவங்களில் கலந்து கொள்ளும்.

                        ஸ்ரீ அரவிந்தர்: 'சாவித்திரி'

"என் வாழ்க்கை எல்லோருடைய பார்வைக்கும் படும் வண்ணம் மேற்பரப்பில் அமைந்ததன்று; ஆதலால் அதைப்பற்றி எவராலும் எழுத முடியாது."

---

[1] இவ்வுயரிய உணர்வுநிலையை Super conscient என்கிறார் ஸ்ரீ அரவிந்தர். Plane of consciousness என்பதைத் தான் உணர்வு நிலை என்கிறோம். -மொழிபெயர்ப்பாசிரியர்.

ஸ்ரீ அரவிந்தர் தம் வாழ்க்கை வரலாற்றை எழுத விரும்பிய சீடர் ஒருவனுக்கு இம்மாதிரியாக எச்சரிக்கை செய்திருக்கிறார். இந்த எச்சரிக்கையைக் குறிப்பிட்டுக் கொண்டே அவருடைய வாழ்க்கையை எழுதவாரம்பிப்பதானது முரண்பட்டதொரு செயலாகும் என்பதில் ஐயமில்லை. ஆனால் நாம் எழுத வேண்டியிருப்பதால், அதைப் பற்றித் தாம் எண்ணியது என்ன என்பதை முற்றிலும் அறிந்து கொண்டே எழுதுவதுதான் நாம் பின்பற்ற வேண்டிய அடுத்தபடியான சிறந்த வழியாக இருக்கலாம். இலக்கியத் துறையில் அவருடைய சாதனைகள் பற்றிக் கண்ணோக்காகச் சிறிது கூறுவதே நம் நோக்கமாயினும் அவருடைய வாழ்க்கையில் நிகழ்ந்த நிகழ்ச்சிகள், வரலாறுகளைக் குறிப்பிடாமல் இருப்பதற்கில்லை.

மேற்பரப்பிலுங்கூட, அரசியல், இலக்கிய சம்பந்தமான நிகழ்ச்சிகள் பலப்பல நடந்திருக்கின்றன. இதைப்பற்றி யாதொரு ஐயத்திற்கும் இடமில்லை. இவையெல்லாம் அவருடைய வாழ்க்கையைப் பற்றிச் சிறப்பு வாய்ந்தொரு நூல் எழுதப்போதுமானவை. பாரத நாட்டின் விடுதலைப் போராட்டத்தில் அவர் கொண்ட பங்கு பற்றிய விவரங்கள் மட்டுமே ஒரு வீர காவியமாக அமைந்துவிடும். அவர் ஈடுபட்ட பெரும்போர், அவருடைய உண்மையான குருக்ஷேத்திரம் உணர்வுநிலையில் அமைந்திருந்தது. ஆகவே, அப்போரின் வரலாறு எழுத்தில் அமைந்த ஒரு கதையின் பரப்புக்கும் வீச்சுக்கும் அப்பாற் பட்டதாகும்.

ஆயினும், அவரது இலக்கியத்தின் பெரும்பகுதி உணர்வு லோகத்தில் ஆழ்ந்து செல்லும் பெருமுயற்சியுடன் சம்பந்தப் பட்டதாகும். ஆகவே ஆசிரியர் எவ்வளவுதான் விரும்பாவிடினும் அத்துறையைப் பற்றிக் குறிப்பிடுவது இன்றியமையாததாகிறது.

ஆயினும், அவரது இலக்கியத்தின் பெரும்பகுதி உணர்வு லோகத்தில் ஆழ்ந்து செல்லும் பெருமுயற்சியுடன் சம்பந்தப் பட்டதாகும். ஆகவே ஆசிரியர் எவ்வளவுதான் விரும்பாவிடினும் அத்துறையைப் பற்றிக் குறிப்பிடுவது இன்றியமையாததாகிறது.

ஸ்ரீ அரவிந்தர் 1872ஆம் ஆண்டு, ஆகஸ்ட் மாதம் 15ஆம் தேதியன்று டாக்டர் கிருஷ்ண தனகோஷுக்கும் சுவர்ணலதா தேவிக்கும் மூன்றாம் மகனாக, கல்கத்தாவில் தியேட்டர் ரோட்டில், டாக்டர் கோஷின் நண்பர் மன்மோகன் கோஷின் இல்லத்தில் பிறந்தார், அவருடைய தாய்வழிப் பாட்டனாரான ராஜ்நாராயண

போஸ்ஸை ரிஷி ராஜ் நாராயண் என்று மக்கள் விரும்பி அழைத்தனர். சரித்திரப் பேராசிரியர்கள் அவரை 'இந்திய தேசியத்தின் தாத்தா' எனப் பாராட்டினர். ஆர்வமிக்க தேசியவாதியான அவர் ரவீந்திரநாதருடைய தந்தையாரைப் பெருநண்பராகவும் ரவீந்திரருடைய மூத்த சகோதரர் ஜோதீந்திரநாதரைத் தம் நெருங்கிய துணையாளராகவும் கொண்டிருந்தார். தேசியக் கொள்கையைப் பிரசாரஞ் செய்வதற்கு ரிஷி அமைத்த ரகசியச் சங்கத்தில் உருவாக்கப்பட்டவர்களுள் இளைஞர் ரவீந்திரரும் ஒருவர்.

ஆயினும், ரிஷி நாராயணனின் கருத்துக்களும் கொள்கைகளும் தம் மாப்பிள்ளையின்மீது யாதொரு விதமான செல்வாக்கும் செலுத்தவில்லை. இளைஞர் கிருஷ்ணன் வைத்தியப் படிப்பில் பல்கலைக்கழகப் பட்டத்திற்குப் பின் சிறப்புப் பட்டம் ஒன்றுடனும், மேலைநாட்டு வாழ்க்கை நலங்களில் முற்றும் தோய்ந்த ஒரு மனப்பான்மையுடனும் மேலை நாடுகளிலிருந்து திரும்பி வந்தார். ஆங்கிலத்தின்பால் அவருக்கிருந்த ஈடு இணையற்ற மோகமும் தம் மகனின் பெயர்சூட்டு விழாவின்போது அரவிந்த அக்கிராயட் கோஷ்[2] எனக் கிறிஸ்தவப் பெயர் சூட்டினதும் ஸ்ரீ அரவிந்தர் தாம் பிறந்தது முதற்கொண்டே தாங்க வேண்டியிருந்தது.

ஸ்ரீ அரவிந்தருக்கு ஐந்து வயதானபோது, அவரும் அவருடைய இரண்டு மூத்த சகோதரர்களான விநய பூஷனும் மன்மோகனும் டார்ஜிலிங்கில் ஐரோப்பியக் குழந்தைகளுக்கென அமைக்கப் பட்டிருந்த லோ ரெட்டோ கான்வென்ட் பள்ளிக்கூடத்தில் சேர்க்கப் பட்டனர். ஸ்ரீ அரவிந்தருடைய டார்ஜிலிங் காலம் பற்றி ஸ்ரீ ஆர். பலித் எழுதி 1911ல் வெளியிட்ட மிக முற்பட்ட வாழ்க்கை வரலாறு கூறுவதாவது:

> "ஸ்ரீ அரவிந்தர் ஆதியில் கல்வி கற்று வந்த ஆங்கில ஆசிரியர் அவரிடம் வருங்காலப் பெருமையின் வித்துக்களை உய்த்துணர்ந்தார். பள்ளிக்கூடப் பிள்ளை அரவிந்தர் எப்போதும் தம் பாடங்களைக் கணநேரத்தில் உணர்ந்து முற்றும்

---

[2] ஸ்ரீ அரவிந்தர் பிறந்தபோது கிருஷ்ணதன கோஷின் நண்பரான மிஸ் அக்கிராய்ட் இங்கிலாந்திலிருந்து வந்து பெயர்சூட்டு விழாவின் போது பிரசன்னமாக இருந்தார். அரவிந்த அக்கிராய்ட் கோஷ் என்னும் பெயர் சூட்டினது அவளுடைய நினைவார்த்துமாக இருக்கலாம்.

கற்றுவிடுவார். நாங்கள் அப்பிள்ளையின் ஆழ்ந்த, கருத்தூன்றிய உள்ளாவல் மிக்க விழிகளையே பெரும்பாலும் காண்போம். அவை மெய்யுறுதிப் பாட்டுடனும், சிந்தனையார்ந்தனவாயும் விளங்கும். அவை எங்கேயோ வருங்காலத்தை நோக்குவதைப் போலத் தோன்றும். அயல்பிள்ளைகளின் கூட்ட மத்தியில் அப்படியும் இப்படியுமாகப் போவதுபோலவும், சில சமயம் இயற்கை அன்னையின் அழகிய முகத்தை உற்றுப் பார்ப்பது போலவும் தோன்றும். இனிமையும் அமைதியும் பண்பும் நிறைந்தது அவரது மனநிலை. இத்தகைய தூய உள்ளமுடையவரான அரவிந்தர் பள்ளிக்கூடத்தில் பெருஞ்சிறப்புடையவராக விளங்கினார்."

ஆனால் இரண்டாண்டுகளுக்குப் பின், அதாவது 1879ஆம் ஆண்டில், டாக்டர் கோஷும் அவருடைய மனைவியாரும் தம் குழந்தைகளை இங்கிலாந்துக்கு இட்டுச் சென்றனர். பெற்றோர்கள் தம் மூன்று மக்களையும் மான்செஸ்டரில் ஸ்ரீ ட்ரூயெட்டிடமும் அவருடைய தாயாரிடம் விட்டுவிட்டு நாடு திரும்பினர். மூத்த சகோதரர்கள் இலக்கணப் பள்ளியில் படித்துக்கொண்டு இருந்தபோது ஸ்ரீ அரவிந்தர் லத்தீன் மொழியில் திறமைவாய்ந்த புலவரான ஸ்ரீ ட்ரூயெட்டால் வீட்டில் பாடங்கற்றார்.

1885ஆம் ஆண்டில், சகோதரர்கள் தம் பாதுகாப்பாளரான முதிய திருமதி ட்ரூயெட்டுடன் லண்டன் மாநகருக்கு இடமாற்றம் செய்தனர். இங்கிலாந்தில் வசித்துவரும் இந்தியர்களுடன் தம் பிள்ளைகள் யாதொரு தொடர்பும் கொள்ளாதபடி பார்த்துக் கொள்ளுமாறு டாக்டர் கோஷ் ட்ரூயெட் குடும்பத்தினரிடம் கட்டளையிட்டிருந்தார். ஆகவே, பிள்ளைகளுக்கு அறிமுகமானவர்கள் டாக்டர் கோஷ் அல்லது ட்ரூயெட் குடும்பத்தினரின் ஆங்கிலேய நண்பர்களிடையே தான் காணப்பட்டனர். கொஞ்ச காலத்திற்குள்ளேயே அவர்கள் சற்றேறக்குறைய தம் வயதுள்ள ஆங்கில இளைஞர்களிடையே சில நண்பர்களைப் பெறும் பாக்கியம் அடைந்து அவர்களின் நட்பைப் பேணி வளர்த்தனர். மன்மோகன் தம்மைச் சுற்றியிருந்த தொடர்பு கொண்ட, குழுவினரிடையே ஒரு கவியெனப் புகழப்பட்டான். அவனுடைய நண்பர்களிடையே ஆஸ்கார் ஒயில்டும் லாரன்ஸ் பின்யோனும் குறிப்பிடத்தக்கவர்கள்.

தம் பிள்ளைகள் பண்பாடு, நடத்தை, கல்வி ஆகியவற்றில் முற்றும் ஆங்கிலமயமாகவேண்டுமென டாக்டர் கோஷ்

விரும்பினாராயினும், சமயத்தைப் பொறுத்தமட்டில் தம் பிள்ளைகள் அவரவர் விருப்பப்படி வளர்வதையே தேர்ந்தார். ஸ்ரீஅரவிந்தர் மிகமிக இளம்பிராயத்தில் மான்செஸ்டரில் கவிதை பாட ஆரம்பித்தார். நகரில் நடந்துவந்த ஃபாக்ஸ் ஃபாமிலி மாகஸீன் என்னும் பத்திரிகையில் அவை வெளிவந்தன. அப்போது அவருக்கு வயது பத்துதான்.

கல்லூரிக்கு உரியது, உண்மையான படைப்புத் திறன் உடையது, ஆகிய இருவகையான அவருடைய இலக்கிய அலுவல்களும் லண்டனில்தான் மேன் மேலும் விரைவாகப் பெருகின. இக்காலத்திய அவருடைய எழுத்துக்கள் பல காணாமற்போயின. ஆனால் மீட்கப்பட்ட பகுதிகள் கூரிய புலனுணர்வுடையனவாகவும் நெருங்கிய பழக்கத்தாலும் அனுபவத்தாலும் ஏற்பட்ட யாப்பிலக்கண அறிவுடைய தாகவும் காணப்பட்டன. "சோற்றைப் பற்றிய சிந்தனை வியப்பிற் குரியது; துன்ப வாழ்க்கையில் எழும் கவிதை எத்தகையதாக இருக்கும்?" என்று காளிதாசன் கூறியதாகச் சொல்வர். அது ஸ்ரீ அரவிந்தர் விஷயத்தில் சிறிதும் பொருந்தாது- ஏனெனில், அவரைச் சுற்றிலும் வறுமை எள்ளி நகைத்தபோது, அவருக்குள்ளே கவிதாவேசம் அலை அலையாக எழுந்து உருண்டது. டாக்டர் கோஷ் பெருந்தன்மையுடையவராகவும் இரக்கமுள்ள கொடையாளியாகவும் இருந்தார். ஆயினும் அவருடைய பழக்க வழக்கங்கள், நடத்தை, மனப்பான்மை ஆகியவற்றில் சமநிலை என்பது சிறிதும் கிடையாது. இவர் குல்னாவிலேனும், ரங்கபூரிலேனும் அல்லது வேறெங்கேனும் சிவில் சர்ஜன் வேலை பார்த்த விடங்களிலெல்லாம் கருணையே (பிறர் துயரைத் தம் துயர் போல் உணரும் இயல்பே) ஓர் உருவெடுத்தவர் எனத் திகழ்ந்தார். ஏழை மக்கள் உதவிபெறும் பொருட்டு அவரிடம் நட்புக்கொள்ள வருவர். இந்திய ஐரோப்பிய இனக் கொழுந்துகள் அவருடைய பங்களாவில் சந்தித்தனர். அதனால் அவர் பங்களா பல்வேறு கப்பல்கள்கூடும் "சூயஸ் கால்வாய்" எனப் பெயர் பெறலாயிற்று. ஆனால் டாக்டர் கோஷ் தம் ஊதாரித்தனம் காரணமாகத் தம் குழந்தைகளை மான்செஸ்டரில் விட்டுச் சென்றது முதல், அவர்களுக்காகப் பணம் அனுப்பவேண்டிய கடமைப்படி அனுப்பாமல் அசட்டையாக இருந்தார். பிள்ளைகள் லண்டன் வந்த பின் அவர்களுக்குப் பணம் அனுப்ப வேண்டும் என்னும் கவலை அடியோடு நின்றுவிட்டது. ஆயினும் பிள்ளைகள் தீரமாக நின்று தொடர்ந்து கல்வி கற்று வந்தனர். ஸ்ரீ அரவிந்தர் நினைத்துப் பார்க்கிறார்: "ஓராண்டு முழுவதும் காலையில் ஓரிரண்டு துண்டுகள்

இறைச்சி இடையிட்ட ரொட்டி, வெண்ணெய், ஒரு கோப்பைத் தேநீர், மாலையில் ஒரு பென்னி மசாலை இறைச்சி - இவ்வளவே உணவாகக் கிடைத்தன."

ஒருநாள் மன்மோகன் ஏதோ நாத்திகப் பேச்சொன்றைப் பேசிவிட்டதற்காக திருமதி ட்ரூயெட் அதிர்ச்சியடைந்து தனக்கு என்ன நேரிடுமோவென்று அஞ்சிப் பெரிதும் கவலைப்பட்டாள். கூடிய சீக்கிரமாகவோ அல்லது சிறிது தாமதமாகவோ, திருச்சபைக்கு முரணான கோட்பாட்டுடையவர் தலைமீது கூரை இடிந்து விடுமென்று நம்பி வேறு வீட்டுக்கு மாற்றம் செய்தாள்! அடுத்த சில ஆண்டுகளில் சகோதரர்களும் தங்கள் குடியிருப்பிடங்களை மூன்று தடவை மாற்றவேண்டியிருந்தது.

செய்ண்ட் பால் கல்லூரியிடமிருந்து கட்டணச் சலுகை கிடைக்கப் பெற்ற மாணவர் ஸ்ரீஅரவிந்தர் 1889ஆம் ஆண்டு இறுதியில் கேம்பிரிட்ஜில் உள்ள கிங்க்ஸ் கலாசாலைக்குச் சென்றார். சீக்கிரத்திலேயே கிரேக்க-லத்தீன் மொழிகளுக்கான கலாசாலைப் பரிசுகள் யாவற்றையும் பெற்றதானது அவருடைய ஆசிரியர்கள், சகமாணவர்களிடையே வியப்பையும் ஆழ்ந்த மதிப்பையும் தோற்று வித்தது. கிங்க்ஸ் கலாசாலையில் இரண்டாம் ஆண்டின் இறுதியில் தொல்லிலக்கிய ட்ரைபாஸ் (Tripos) பரீட்சையில் அரவிந்தர் முதல் வகுப்பில் தேறினார்.

தகப்பனாரின் ஆர்வமிக்க விருப்பத்தின்படி இந்திய சிவில் சர்வீஸுக்கு ஒரு வேட்பாளராக ஏற்கெனவே பதிவு செய்து கொண்டிருந்தார். அத்தகைய நிலையில் வழக்கமாக அபேட்சகர்கள் தமக்கு உதவியாயிருக்க தனிமுறைப் பயிற்சி ஆசான்களை அமர்த்திக் கொள்வர். ஸ்ரீஅரவிந்தர் அங்ஙனமாக அமர்த்திக் கொள்வதற்கு வசதியற்றவராக இருந்தும் எழுத்துப் பரீட்சையின் எல்லா வினாத்தாள்களிலும் உயர்ந்த மார்க்குகள் வாங்கினார். குதிரைச்சவாரிசோதனை வந்தபோது சவாரி நிபுணன் முன் தோன்றாமல் தனியாகத் திரிந்தார். நான்கு தடவை சோதனைக்கு ஆஜராக வாய்ப்பளிக்கப்பட்டது. ஆனால் அவர் பிடிபடாமல் தப்பித்துக்கொண்டார்.

வெகுகாலத்திற்குப் பின் குதிரைச்சவாரி விஷயமாகத் தம் நடத்தைக்குக் காரணத்தை அவரே வெளிப்படுத்தினார். ஐ.ஸி.எஸ். உத்தியோகத்தை ஏற்றுக் கொள்ளுமாறு அவரது அந்தராத்மா யாதொருவிதமான கட்டளையையோ அழைப்பையோ விடுக்கவில்லை.

அபாரசுக்குக் கட்டுப்படுத்தும் எத்தகைய ஏற்பாட்டினின்றும் தப்ப ஏதேனுமொரு வழியைத் தேடினார். ஐ.ஸி.எஸ். உத்தியோகமே வேண்டாமென உதறித் தள்ளிவிட அவருடைய குடும்பத்தினர் அனுமதிக்கமாட்டார்கள். ஆகவே, அப்படிச் செய்யாமல், சவாரிப் பரீட்சைக்குத் தம்மைத் தகுதியற்றவராக்கிக் கொள்ளச் சில சூழ்ச்சிகள் செய்தார்.

* * * *

## 2

## ஆரம்ப காலத்திய தெய்விக அகத் தூண்டுதல்கள்

"சரசுவதி தன் கமல வானிலிருந்து என்னைக்கூப்பிட்டு, அனாதிகாலமாகப் பனி பெய்துகொண்டே இருக்கும் பிரதேசங்களுக்கும், ஆதாம்-ஏவாள் வாழ்ந்த ஈடனிலிருந்து மலர்கள் காற்றினால் அடிக்கப்பட்டு பரவிக்கிடக்கும் கரைகளையுடையது, தென்கடலை நோக்கி நடைபோட்டுச் செல்வதுமான கங்கைப் பிரதேசங்களுக்கும் செல்வாயாக என்று அனுப்பினாள்."

**ஸ்ரீ அரவிந்தர்: 'அனுப்புதல்'**

(இந்தியாவுக்குத் திரும்பி வருவதற்கு முந்தையநாள் மாலை)

"கலாசாலையைப் பொறுத்தமட்டில் அவர் தம் பங்கை மிக்க கௌரவமாகச் செலுத்திவிட்டார். இரண்டாம் ஆண்டின் முடிவிலேயே தொல்லிலக்கிய டிரைபாஸ் பரீட்சையில் முதல் வகுப்பில் உயரிய இடம் பெற்றார். அவர் சில கலாசாலைப் பரிசுகளையும் பெற்றார். இது ஆங்கில மொழியில் பேசவும் எழுதவும் அவருக்கு இருந்த திறமையையும் இலக்கிய விஷயங்களில் அவருக்கிருந்த புத்தி நுட்பங்களையும் வெளிப்படுத்தின. பட்டம் பெறாத பல்கலைக்கழக மாணவன் இதைச் சாதாரணமாகச் செய்துவிடலாம். ஆனால் இதோடு ஐ.ஸி.எஸ். பரீட்சையையும் மேற்கொண்டவன் தன் அசாதாரணமான உழைப்பையும் திறமையையும் சந்தேகமின்றி நிரூபிக்க வேண்டும். தொல்லிலக்கியத்தில் தாம் அடைந்த புலமையுடன், சாதாரணமாகப் பட்டம் பெறாத பல்லைக்கழக மாணவருக்கு எட்டாத, அல்லது, மிகவும் அப்பாற்பட்ட ஆங்கில இலக்கியப் புலமையையும் அவர் அடைந்திருந்தார். இளம் ஆங்கிலேயர் பலரையும் விட மிகச் சிறந்த ஆங்கிலத்தில் அவர் எழுதினார்." (நவம்பர், 1892)

கிங்க்ஸ் கலாசாலையில் தனிமுறையில் பாடஞ்சொல்லிக் கொடுக்கும் ஆசானும் பல்கலைக்கழக ஆட்சி உறுப்பினருள் பதவியில் முற்பட்டவருமான ஜி.டபிள்யு பிராதிரோ எழுதிய கடிதம்

இது. சர் ஹென்றி காட்டனின் சகோதரரும் டாக்டர் கோஷின் நண்பருமான ஜேம்ஸ் காட்டனுக்கு எழுதப்பட்டது. குதிரைச்சவாரிச் சோதனைக்கு ஆஜராகாத அற்ப காரணத்திற்காக முன்னறிந்து ஏதேனும் அவருக்குச் செய்யவேண்டும் என்ற எண்ணத்துடனே எழுதப்பட்டது.

ஆனால் பிராதேரோவினுடைய முயற்சியும் காட்டனுடைய முயற்சியும் பலிக்கக்கூடியனவாக இருக்கவில்லை. ஸ்ரீ அரவிந்தர் கேம்பிரிட்ஜில் இந்திய மாணவர்களின் சங்கமான இந்திய மஜ்ஜிலிஸ்ஸில் முதலில் வெறும் அங்கத்தினராகவும், பின் காரியதரிசியாகவும் இருந்துவந்தபோது, இந்தியாவில் பிரிட்டிஷ் ஆட்சியை எதிர்த்துப் புரட்சிகரமான சொற்பொழிவுகள் ஆற்றினார். இது உரிய அதிகாரிகளின் கவனத்திற்குக் கொண்டு வரப்பட்டது என்பது பின்னால் தெரியவந்தது. சிவில் சர்வீஸில் சேர்க்கப்படுவதற்குரிய நிபந்தனைகளில் ஒன்றை, அது துறைமரபைச் சார்ந்த சிறு விஷயமாயினும், நிறைவேற்றாதிருந்தபோது ஸ்ரீஅரவிந்தருக்கு யாதொரு விதமான சலுகையும் காட்டுவது அறிவுடைமையாகாது என்றுணர்ந்தனர். (சில வேட்பாளர்கள் விஷயத்தில், சர்வீஸில் சேர்க்கப்பட்ட பின்னரும் குதிரைச்சவாரி சோதனையை இந்தியாவில் நடத்த அனுமதி கிடைத்ததுண்டு.)

ஸ்ரீ அரவிந்தரின் பிரிட்டிஷ் ஆட்சிக்கு எதிரான, அழுத்தத்திருத்தமான, உரைகளுக்குப் பின்புறமாக, காரணமாக இருந்தது அவருடைய மயக்கம் தெளிந்த தகப்பனாரேயாம். டாக்டர் கோஷ் சமீபகாலமாக, இந்திய மக்கள்பால் பிரிட்டிஷார் கொண்டிருந்த மனப்பான்மை பற்றி அடைந்திருந்த உள்ளக் கசப்பு மேன்மேலும் அதிகரித்துவந்தது. ஆங்கிலேயர் இந்தியர்பால் செய்து வந்த கொடுமைகள் பற்றிய அறிவிப்புக்களைக் கொண்ட ஒரு இந்தியப் பத்திரிகையிலிருந்து வெட்டப்பட்ட சில துண்டுகளைத் தம் மக்களுக்குத் தபாலில் அனுப்பியும், தம் கடிதங்களில் இந்தியாவில் நடக்கும் பிரிட்டிஷ் அரசாங்கத்தை இரக்கமற்றதென வெளிப்படையாகக் கண்டனம் செய்தும் வந்தார். ஸ்ரீ அரவிந்தருக்குப் பதினொரு வயதுதான் ஆகியிருக்கும். அதற்குள்ளேயே, உலகில் எங்கும், பொதுவாக, பொங்கெழுச்சியும் பெரும் புரட்சிகரமான மாறுதல்களும் நிகழும் ஒரு காலம் வந்து கொண்டிருந்தது என்றும், அதில் தாமும் பங்கெடுத்துக்கொள்ள விதிக்கப்பட்டிருக்கிறோம் என்று தம் மனத்தில் வலுவாகப் பதிந்திருந்ததை உணர்ந்திருந்தார்.

சொந்த நாட்டின் சுதந்திரத்திற்காகப் போரிடும் சிறப்பைப் பற்றி இள அரவிந்தர் எவ்வளவு ஆழமாகவும் உறுதியாகவும் நம்பி யிருந்தார் என்பது ஐரிஷ் தேசாபிமானியான சார்லஸ் ஸ்டீவர்ட் பார்னலின் ஞாபகார்த்தமாக 1891ஆம் ஆண்டு செலுத்திய கவிதாஞ் சலியிலிருந்து தெளிவாகும்.

ஒளி மங்கினும் வழிகாட்டிவந்த ஒளியே
இன்று வானின்று அகற்றப்பட்ட விண்மீனே
அண்மையில்தான் விடுதலை வீரனென முகமன் குறிப்பிட்டாய்,
நம் பிரபுக்கள் உன்னைக் கண்டு மிக மிக அஞ்சினர்.
அச்சத்தால் மிக மிக வெறுத்தனர்.
வாளைவிட மிகக் கூரிய சொற்களால் நீங்கள்
அவர்களைத் தாக்கினீர்கள்.
நீங்கும் அப்போது இந்த அவலப் புவியின்
குழந்தையாயிருந்தீர்கள்.

தனியார்க்கு வழங்கப்படுவதற்கெனப் பரோடாவில் 1895ஆம் ஆண்டில் வெளியிடப்பட்ட ‘மிர்துல்லா கீதங்கள்’ என்னும் பாடல் திரட்டில் இதுவும் இன்னும் இதர கவிதைகளும் சேர்க்கப்பட்டன. இவை கவியின் 18 முதல் 20ஆம் வயதுக்கு இடையே எழுதப்பட்டன.

உலகில் காணும் பலவகைத் தோற்றங்களைக் கிளேக்கஸ்ஸும் எத்தானும் மிர்துல்லா கீதங்களில் பாடுவதாக வரும் பின்கண்ட வரிகள் வாழ்க்கையுணர்ச்சிகளுடன் துடிதுடிக்கின்றன.

**கிளேக்கஸ் கூறுகிறதாவது:**

இனிது இனிது, இரவு இனிது
இனிது குளிர்ச்சி
வறண்ட உதடுகளுக்கு ஆற்றோட்டம் போல் இனிது.
மலர்கள் உறக்கத்தில் ஆழ்ந்துவிடுவதும்
நிலவொளிக் கதிர்கள் பட்ட சிற்றாறுகள்
மட்டுமே ஊர்ந்து செல்வதும் இனியவையாம்.
மெல்லொலி கொண்ட மங்கலான
கானகத்தில் மின்மினிப் பூச்சிகள்போல
தனிமையில் அமர்ந்து அமைதியுற்ற உள்ளத்துடன்
உரையாடுதும் இனிதே.

எத்தோன் பதிலளிப்பதாவது:

*ஆனால் பகல் மேலும் இனியது; ஒளி வீசும் காலை*
*அவ்வொளியில் விண்மீன்களை அவிழ்த்து விடுகிறது*
*இனிய மலர்கள் தம் கண்களைப் பாதி திறந்துகொண்டு*
*தம் பனிபடிந்த பஞ்சணைகளிலிருந்து எழுகின்றன:*

கிளேக்கஸ் மீண்டும் பாடுகிறான்:

*புவியே, நீ படைக்கும் குழந்தைகள் தாம் எத்தனை வகை!*
*ரோஜா மலரின் வனப்புடைய பிறப்பை அதோ பார்.*
*மொட்டிலிருந்து வெளிப்படும் தீயைப் போன்ற*
*செவ்வண்ணங்கள்தாம் எத்தகையன!*
*இளவேனிற்குரிய காற்று செங்குருதி சொட்டுவது*
*போலல்லவா இது உள்ளது!*

இவ் விளம்பருவத்தைச் சார்ந்த கவிதைகள், மகிழ்ச்சி, மனச் சோர்வு ஆகியவற்றின் படைக்கும் திறனுடைய உள்ளத்தெழுச்சிகள்; ஐரிஷ் மக்களின் சுதந்திரப் போராட்டம் போன்ற உணர்ச்சிகள் ஊக்கும் நிகழ்ச்சிகளால் கிளறிவிடப்பட்ட கற்பனைகள்; ஆகியவற்றினின்று முளைத்த இளந்தளிர்களேயாம். இவற்றில் பல திடுமெனத் தோன்றும் கணநேரக் காட்சியாகவும் உயர்ந்த வகையைச் சார்ந்தன வாகவும் உள்ளன.

*என் உள்ளத்தின் நாதா, என்றும் என்னுள்*
*உன் இயக்கத்தை நிறைவு செய்வாயாக.*
*உலகை உருவாக்க, மூளையின் மந்தமான வெளிச்சத்தையும்*
*ஒளி மிக்கதும் குருடாக்குவதுமான மின்னலின்*
*திடீரொளியையும் நீ இணைக்கிறாய்.*
*உட்புறத்தில் நீலநிறத்தால் பரப்பப்பட்ட தங்கச் சுவடியில்*
*சிந்தனையை எழுதுகிறாய்.*

உள்ளத்தெழுச்சிகள் யாவுமாக இல்லை. பதினெட்டாம் வயதில் எழுதப்பட்ட ஒரு நீண்ட உரையாடல் மூலம் கூருணர்ச்சியும், இடையறா விழிப்புமுடைய மனத்தின் அறிவுத்திறம் தன்னை வெளிப்படுத்திக் கொள்கிறது. 'வாழ்க்கையின் ஒத்திசைவு' என்னும் தலைப்பெயருடைய அவ்வுரையாடல் நூல் சமீபத்தில் வெளிப் பட்டது. அவ்வுரையாடலின் ஒரு பகுதி வருமாறு:

**கேசவ்:**

வாழ்க்கை மதிப்புமிக்கது. அதை உழைப்பில் வீணாகக் கழிக்கலாகாது. எல்லாவற்றிற்கும் மேலாக, வாழ்க்கையின் தனிச் சிறப்புடைய இந்நேரத்தில் மதிய உணவுக்குப் பின் நாம் சோம்பலாக இருப்பதற்கே போதுமான ஆற்றல் இருக்கும்போது உழைப்பே கூடாது. ஏன்? இதன்பொருட்டே முந்தைய பன்னிரண்டு மணி நேரத்தில் சோர்வுறச் செய்கிற வேலையைப் பொறுத்துக் கொள்கிறேன்.

**வில்சன்:**

நீ சீவனுள்ள ஒரு புதிர்; புரியாப் புதிர். நீயின்றி வேறு எவன் தான் சோம்பல் வாழ்க்கையை வாழ்க்கையின் குறிக்கோளாக தகாத வழியில் கொள்ளக்கூடும்?

**கேசவ்:**

ஏன்? வாழ்க்கைக்கு வேறென்ன குறிக்கோள் இருக்கமுடியும்?

**வில்சன்:**

கடமை என நான் கொள்கிறேன்.

**கேசவ்:**

கடமையின் பொருளை உணரும்வரையில் ஒரு கருத்தைப் போற்றி ஆதரிக்க நான் உடன்படேன்.

பகுத்தறிவின் ஒளியில், கடமை என்றால் என்ன, சமயம் என்றால் என்ன, கடவுள் என்றால் என்ன, என்ற விவாதம் நடக்கிறது. அழகு, இணக்கம் என்னும் தத்துவத்தின் அடிப்படையில் இந்த இயலுலகை விளக்கம் செய்வதற்கான சிறப்பு வாய்ந்ததொரு முயற்சியாகும்.

ஸ்ரீ அரவிந்தர் இங்கிலாந்தில் வசித்துவந்த பதினான்கு ஆண்டுகளின் கடைசி சில மாதங்களை லண்டனில் கழித்தார். இக்காலத்தில் லண்டனிலிருந்து இந்திய மாணவர்கள் சிலர் ரகசியச் சங்கம் ஒன்றை அமைத்து, அதற்கு "கமலமும் குத்துவாளும்" எனப் பெயரிட்டனர். அங்கத்தினர் ஒவ்வொருவரும் தம் சொந்த வழியில் இந்தியாவின் விடுதலைக்காக எதையேனும் செய்யச் சபதம் எடுத்துக் கொண்டனர். அவர்களில் ஸ்ரீ அரவிந்தரும் ஒருவர். அத்தகையவரை ஆங்கிலக் கவி பிரௌனிங் இங்ஙனமாக வர்ணித்திருப்பார்.

என்றும் பின்னோக்காமல் முன்னோக்கியே சென்றவன்
மேகங்கள் சிதறும் என்பதில் சிறிதும் ஐயங் கொண்ட
தில்லை. தருமம் பிழைத்து அதருமம் வென்றாலும் என்றும்
கனவு கண்டதில்லை.

பரோடா கெயிக்வாரான மகாராஜா சயாஜிராவ் அப்போது லண்டனில் விஜயஞ் செய்திருந்தார். ஸ்ரீ அரவிந்தரின் நலத்தில் அக்கறை கொண்டவரான ஜேம்ஸ் காட்டன் ஸ்ரீ அரவிந்தர் கெய்க்வாரைச் சந்தித்துப் பேச ஏற்பாடு செய்தார். ஸ்ரீ அரவிந்தர் பரோடா சமஸ்தானத்தில் ஓர் உத்தியோகம் பெற்றார்.

1893ஆம் ஆண்டில் குறிப்பிடத்தக்க இரண்டு பிரயாணங்கள் நடைபெற்றன. ஒன்று இந்தியாவிலிருந்து மேலை நாட்டுக்குச் செய்த பயணம்; மற்றொன்று மேலை நாட்டிலிருந்து இய்தியாவுக்குச் செய்த பயணம். சுவாமி விவேகானந்தர் இந்தியாவின் ஆன்மிகச் செய்தியை மேலையுலகு கேட்டறிய வேண்டிச் சென்றுகொண்டிருந்தார். தன் உணர்வு இழந்த, மந்தமான நிலையிலிருந்து தட்டியெழுப்ப, ஸ்ரீ அரவிந்தர் மேலைநாட்டிலிருந்து இந்தியா திரும்பி வந்து கொண்டிருந்தார்.

* * * *

## 3

## இலக்கிய, ஆன்மிக சாதனையின் உதயம்

ஒரு புதிய படைப்பின் முகப்பு போலத் தோன்றிய ஒரு புலர்காலை
அது மேன்மேலும் மிகும் பகலொளியையும், இன்பம் மிகுந்த,
பரந்தகன்றதொரு வான்முகட்டையும் கொணர்ந்து வந்தது.
அது படைப்புப் பொருள்களின் மாறுதலற்ற, மூல
முதலிடத்திலிருந்து
குலுங்கிக்கொண்டும் முன்பின் தெரியாததோர் அழகைச் சுமந்து
கொண்டும் வந்தது.
பழங்காலத்திலிருந்து வரும் பேரவா மீண்டும் வேர்விட்டது.

**ஸ்ரீ அரவிந்தர்: 'சாவித்திரி'**

1893ஆம் ஆண்டின் தொடக்கத்தில் ஸ்ரீ அரவிந்தர் பம்பாயில் அப்பாலோ பந்தரில் பாரதப் புண்ணிய பூமியின் மண்ணை மிதித்தார். அவர் வந்துசேர்ந்த போது, எவரும் அவரை வரவேற்றதாகத் தெரியவில்லை. தாயக மீள்வு அமைதியாகவே நடந்தது. பாரதத்தாயின் ஆன்மா மோனமாக அளித்த வரவேற்பு சாலச் சிறப்புடையது; வேறு எது அவ்வளவு சிறப்புடையதாக அமைந்திருக்கும்? பேரமைதியொன்று அவர்மீது இறங்கியது. நீண்ட காலத்திற்குப் பின் சீடர் ஒருவருக்கு எழுதிய கடிதத்தில் அவர் குறிப்பிட்டதாவது:

"நான் பம்பாயில் அப்பாலோ பந்தரில் இந்திய மண்ணில் அடியெடுத்து வைத்தது முதல் எனக்கு ஆன்மிக அனுபவங்கள் ஏற்பட ஆரம்பித்தன. ஆனால் அவை இவ்வுலகிலிருந்து தொடர்பு அறுபட்டவையல்ல; அவை இவ்வுலகுடன் உள் தொடர்புகள் உடையனவாகவே உள்ளன. அண்டவெளியை ஊடுருவிப் பரந்திருக்கும் எல்லையற்ற பரம்பொருள் ஒன்றுள்ளது. அது தன் நிலைபெறாத் தன்மையில் படைப்பு முழுமையிலும் பரவி நிலவியுள்ளது. அது சடப் பொருள் களையும் கோணங்களையும் தன் குடியிருப்பாகக்

கொண்டுள்ளது. இதைப் போலவேதான் ஆன்மானுபவங்கள் இவ்வுலகுடன் தொடர்பு உடையனவாகவே உள்ளன. அதே சமயத்தில் இச்சட உணர்வு நிலையின் மீது தன் செல்வாக்கைச் செலுத்துவதும் சில விளைபயன்களை உண்டாக்குவதுமான பூதவுலகம் கடந்த சூக்கும உலகிலும் அதைச் சார்ந்த ஞான உலகங்களிலும்[1] நான் நுழையக் கண்டேன்."

ஸ்ரீ அரவிந்தர் தாய்நாட்டுக்கு வந்து சேருமுன் துன்ப நிகழ்ச்சியொன்று நடந்தது. அவர் பிரயாணம் செய்வதாக இருந்த கப்பல் லிஸ்பனுக்கு அருகாமையில் மூழ்கியது. இச்செய்தி தந்தையாரான டாக்டர் கிருஷ்ணதன கோஷுக்குக் கிடைத்தது. கடைசி நேரத்தில் ஸ்ரீ அரவிந்தர் வேறொரு கப்பலில் பிரயாணம் செய்ய முடிவு செய்தார் என்பதை அறியும் வாய்ப்பு தந்தைக்குக் கிடைக்கவில்லை.

அதிர்ச்சியடைந்த டாக்டர் கோஷுக்கு உடனே மாரடைத்தது. சில நாட்களுக்குப் பின் ஸ்ரீ அரவிந்தரின் பெயரை திரும்பத் திரும்பச் சொல்லிக்கொண்டே உயிர் துறந்தார். சுவர்ண லதாதேவிக்கு மனக்கோளாறு ஏற்பட்டுச் சில ஆண்டுகள் தேவ்கரில் தம் தகப்பனார் வீட்டில் தங்கியிருந்தார். அந்த நிலையில் அவரைச் சந்தித்திருந்தால் மிகவும் துயரமடைந்திருப்பார். ஆகவே, ஸ்ரீ அரவிந்தர் பம்பாயிலிருந்து நேராக பரோடா சென்றார்.[2]

அவர் பரோடா சமஸ்தான நிர்வாகத்துறையில் உடைமை உரிமை பற்றிய நிலவர ஏற்பாடு, வருமானம், மேலும் சில இதர இலாகாக்களிலும் வேலைசெய்ய வேண்டியிருந்தது. பின்னர் மகாராஜா கலாசாலையில் ஆங்கிலப் பேராசிரியராக நியமனம்

---

[1] ஸ்ரீ அரவிந்தர் தம் ஆன்மானுபவத்தில் நுழைந்த இவ்வுலகையும் ஞான அல்துழி உணர்வு லோகங்களையும் Supraphysical world and plans என்கிறார் - மொழிபெயர்ப்பாசிரியர்.

[2] பின்னர் அரவிந்தர் தம் தாயாரைக் கண்டபோது, அவர் "என் அரவிந்தன் அப்போது சின்னஞ்சிறு குழந்தையாக இருந்தானே!" என்று சொன்னார். இடையே தம் மகன் வளர்ந்துவிட்டான் என்று சொல்லப்பட்டபோது, தம் குழந்தைக்கு ஒரு விரலில் மச்சமொன்று இருந்ததென வற்புறுத்தினார். மச்ச அடையாளம் காட்டப்பட்ட போதே அவரைத் புத்திரனென ஒப்புக்கொண்டார்!

பெற்றார். பிரெஞ்சு மொழிப் பாடமும் சொல்லித் தந்தார்.[3]

சற்றேறக்குறைய, இந்தியாவுக்குத் திரும்பிவந்தவுடனேயே இந்திய அரசியலில் அவர் தலையீடு ஆரம்பித்தது. அரசியல் நிலையைப் பற்றி முற்றும் மூளையில் வாங்கிக்கொள்வதற்கு அவருக்கு நீண்டகாலம் பிடிக்கவில்லை. அரசியல் ஒரு சில மிதவாதத் தலைவர்களிடம் இருந்தது. இந்தியா போன்ற பெரியதொரு சமுதாயத்திற்குக் காங்கிரஸானது இன்னும் மிகச் சொற்பமானதொரு ஸ்தாபனமாகவே இருந்தது. பிரிட்டிஷார் குடியேற்ற நாட்டுக்குரிய முறையில் அமைந்த போலியும் புரட்டுமானதோர் அரசாங்க நிர்வாக இயந்திரத்தை எதிர்த்து அது எழுப்பிய குரல் வலிமையற்றதாகவும் அற்பமானதாகவும் இருந்தது. அது முற்றுமுழுக்க ஒரு குலுக்கல் குலுக்கப்படவேண்டும்; உண்மையான ஆர்வம் அதனுள் எழச் செய்ய வேண்டும்; போராட்டத்திற்கான எழுச்சியூட்டும் லட்சியங்கள், குறிக்கோள்களை அதற்கு வழங்கவேண்டும்; அதன் அடிப்படையை விரிவுபடுத்தி அது பாமர மக்கள், உழைப்பாளிகள் ஆகியோரையும் தழுவி நிற்க வேண்டும். இங்ஙனமாகச் செய்தாலன்றி அது அயலாரின் நிர்வாகத்தை வலுவுடன் எதிர்த்து நின்று வெற்றியடைய முடியாது.

முதலில், ஸ்ரீ அரவிந்தர் பம்பாயில் நடந்துவந்த "இந்து பிரகாஷ்" என்னும் மாதப் பத்திரிகையில், "பழையன கழிதலும் புதிய புகுதலும்"

---

[3] ஸ்ரீ அரவிந்தரின் மாணவரான ஸ்ரீ R.N. பட்கார், பரோடா வழக்கறிஞர், தம் நினைவிலிருந்து குறிப்பிடுவதாவது: "அவருடைய மாணவராக இருக்கும் பாக்கியத்தை நான் இண்டர்மீடியட் வகுப்பில் இருந்தபோது பெற்றேன். அவர் பாடம் கற்பிக்கும் முறை புத்தம் புதியது. அவருடைய கலாசாலைச் சொற்பொழிவுகளைவிட மேடையில் அவர் விவாதக் கழகத்தில் நடக்கும் கூட்டங்களுக்கு அவர் அவ்வப்போது தலைமை வகிப்பதுண்டு. அவர் பேசுவதாக இருந்தபோது கலாசாலையின் பெரிய அகன்ற மன்றம் நிறைந்திருக்கும். அவர் நாவன்மை வாய்ந்தவர் அல்லர். ஆனால் அவர் உயர்ந்த ரசமான பேச்சாளர். அவர் பேச்சைக் கேட்போர், பேச்சின் இனிமையில் தம்மை மறந்து விடுவர். கைகால் அசையாமலும் சைகைகள் ஏதும் செய்யாமலும் நிற்பார். சொற்கள் அவருடைய உதடுகளிலிருந்து ஆற்றோட்டம்போல அனாயாசமாகவும் இசையுடனும் பாய்ந்தோடும். அவை கேட்போரை மந்திரத்தால் கட்டுண்டவர்போல் செய்தன."

என்று அநாமதேயமாகத் தொடர்ச்சியாகச் சில கட்டுரைகள் எழுதினார். காங்கிரஸின் குற்றங்குறைகளை எடுத்துக் காட்டி, அதை ஒளிவு மறைவின்றிக் கண்டனஞ் செய்தார்:

"நான் காங்கிரஸைப் பற்றி இதைச் சொல்லுகிறேன். அதன் நோக்கங்கள் தவறானவை. அவற்றை நிறைவேற்றி வைக்க அது போகும் போக்கில் நேர்மையோ முழுமனமோ காணப் படவில்லை. அது தேர்ந்தெடுத்த முறைகள் சரியானவையல்ல. அது நம்பிக்கை வைக்கும் தலைவர்கள், தலைவர்களாக இருப்பதற்குத் தகுதி வாய்ந்தவர்கள் அல்லர். சுருங்கக் கூறின் இப்போது குருடர்களை நடத்திச் செல்பவர்கள் குருடர்களாக இல்லாவிட்டாலும் ஒற்றைக் கண்ணரேயாவர்."

சதாகாலமும் சாய்வு நாற்காலிகளில் உட்கார்ந்து தம் காலத்திய அரசியலைப் பற்றி ஓயாமல் பேசிப் பொழுது போக்கும் வீணர் களும் கலைவிநோதர்களும் இத்தொடர் கட்டுரைகளைப் பற்றி அச்சத்தால் கூப்பாடு போட்டனர். உலகறிந்த மகாராஷ்டிரத் தலைவரான எம்ஜிரானடே அவர்கள், இத்தகைய ராஜ துரோகமான கட்டுரைகளை வெளியிடுவதை நிறுத்திவிட வேண்டுமெனப் பத்திரிகையின் சொந்தக்காரர்களைக் கேட்டார். பத்திரிகையாசிரியர் மிக்க எழுச்சியற்ற, அமைந்தடங்கிய வேறு ஏதேனுமொன்றை எழுதியனுப்புமாறு ஸ்ரீ அரவிந்தரைக் கேட்டுக்கொண்டார். ஸ்ரீ அரவிந்தர் அதற்கு உட்பட்டு, அரசியலின் அனுபவ ரீதியான பகுதியைக் கைவிட்டு, அரசியல் தத்துவம் பற்றி எழுத ஆரம்பித்தார். ஆனால் தொடர்ந்து எழுதுவதற்கான தூண்டுதல் ஏற்படவில்லையாதலால் சிறிது காலமே எழுதினார்.

ஸ்ரீ அரவிந்தர் வங்காளப் பேச்சுமொழியை நன்கு கற்க உதவும் பொருட்டு, அவருடைய நண்பர்கள் துவிஜேந்திர குமார் ராய் என்னும் வங்க இலக்கியவாணர் ஒருவர் பரோடாவில் அவருடன் தங்கியிருக்க ஏற்பாடு செய்தனர். தம் பரோடா நாட்கள் பற்றி ராய் எழுதிய, "நினைவுக் குறிப்புகள்" ஸ்ரீஅரவிந்தர் எவ்விதமாக வாழ்ந்து வந்தார் என்பது பற்றி மின்னொளிகள் சில தரும் மிகச் சுவையுள்ளதும் மிக முக்கியமானதுமானதோர் ஆதாரமூலம் ஆகும். உறை ஆக்கம் பற்றி மிக அசட்டையாவும் உணர்ச்சியற்றும் இருந்த ஸ்ரீ அரவிந்தர் தம்மைச் சூழ்ந்திருந்த கொசுக்கூட்டங்களை மறந்தொழிந்து இரவில் வெகு நேரம் வரையில் தம் ஆராய்ச்சிகளில் மூழ்கியிருந்தார்.

கெய்க்வார் முக்கியமான பத்திரங்கள் சொற்பொழிவுகள் ஆகிய யாவற்றையும் முன்வரிவு செய்ய ஸ்ரீஅரவிந்தரையே சார்ந்திருந்தார். ஆனால் சிலசமயம் அவருடைய தோழமையின் பொருட்டே அவரை அழைத்துவர வண்டியை அனுப்பியதாகவும் தெரிகிறது. சில சமயம் ஸ்ரீ அரவிந்தர் அவர் விருப்பத்திற்கு இணங்கினார். சில சமயம் இணங்கவில்லை. முக்கியமானவர் அனைவரும் கெய்க்வாரின் கவனத்திற்குத் தம்மைக் கொண்டு வருவதற்குக் கிடைக்கும் சொற்ப வாய்ப்புகளைக் குறித்து அடங்கா மகிழ்ச்சி கொண்டனராயினும், ஸ்ரீ அரவிந்தரை அதெல்லாம் கவர்ந்ததேயில்லை. எவ்வித சமூக அந்தஸ்தையும், உயர்த்திக் கொள்ளஅவர் அக்கறை கொண்டதே யில்லை. பரோடா பிரமுகர்களிடையே தம்மைத் தனிமுதன்மைப் படுத்திக் காட்டிக்கொள்ள விரும்பாதது ஏனோ? அரும் பண்புகள் எவ்வளவோ இருந்தும் அவர் இப்படிச் செய்ததேனோ? - என்று ராய் ஒரு சமயம் கேட்டார். அதற்கு ஸ்ரீ அரவிந்தர் "அதில் யாதொரு மகிழ்ச்சியையும் நான் காணவில்லை" என்றார்.

ராய் குறிப்பிட்டிருப்பதாவது, "அவர் தனித்திருந்தார்: ஆயினும் பெண்ணின்பத்தைத் தேடி அலைவதை அவர் சிறிதும் அறியார். தவறான வழியில் ஒரு காசு கூட அவர் செலவழித்தது கிடையாது. ஆயினும் மாதக் கடைசியில் அவரிடம் ஒன்றும் இருக்காது."

ராய் தம் மனத்தில் பதித்ததை இங்ஙனம் தொகுத்துக் கூறுகிறார்: ஸ்ரீ அரவிந்தர் இவ்வுலகைச் சார்ந்தவரல்லர். அவர் ஏதோ ஒரு சாபத்தால் நேர்ந்த கேடாக விண்ணுலகிலிருந்து இம் மண்ணுலகிற்கு இறங்கிவந்த ஒரு தேவனாக இருக்கலாம்.

ஆனால் ஸ்ரீ அரவிந்தர் சம்பளமாகப் பெற்ற பணத்திற்கெல்லாம் என்ன நேர்ந்தது? அதை நாம் அடுத்த அத்தியாயத்தில் அறிந்து கொள்வோம். இக்காலத்தில் அவருடைய ஆன்மிக இலக்கிய அலுவல் களுக்குள் உற்றுப் பார்ப்போம்.

மறைபொருள்கள் விஷயங்களில் ஸ்ரீ அரவிந்தருக்கு ஒரு பொது அக்கறை இருந்தது என்பதில் ஐயமில்லை. ஆனால் 1904ஆம் ஆண்டு வரையில் யோகம் பயில உணர்வுடன் ஆரம்பிக்கவில்லை. ஆன்மானுபவங்கள் பெற அவாக் கொள்ளாமலேயே அவருக்கு மிகச் சிறந்த ஆன்மானுபவங்கள் அவ்வப்போது ஏற்பட்டுவந்தன. உதாரணமாக, ஒரு தடவை நகருக்குள் சென்று கொண்டிருந்தபோது, அவருடைய வண்டிக்கு கவலைப்பட வேண்டிய ஒரு விபத்து

ஏற்படும் சாத்தியத்தைத் திடுமென எதிர்ப்பட்டார். நிலையை உணர்ந்து அதை எப்படியாகிலும் தவிர்க்க வேண்டுமென உறுதி கொண்டதும், ஒளிமயமான மெய்ப்பொருள் தோன்றி உடனேயே நிலையை ஒரு கட்டுப்பாட்டுக்குள் கொண்டுவந்து வண்டியைப் பாதுகாப்பான வழியில் செலுத்தினார்.

ஸ்ரீ அரவிந்தர் தம் சீடர்களுடன் மாலை உரையாடல்கள் நடத்தி வந்தபோது வேறொரு அனுபவத்தையும் நினைவு கூர்ந்தார்:

> "ஐரோப்பிய மனப்பான்மையில் ஆழ்ந்திருந்த நான் அதுசமயம் கடவுளர்களிடம் நம்பிக்கையுடையவனாக இல்லை. சந்தோதுக்கு அருகாமையில் உள்ள கார்நாலிக்குப் போயிருந்தேன். அங்கே கோயில்கள் பல உள்ளன. அங்கே காளி கோயில் ஒன்றுள்ளது. திருவுருவச் சிலையை நோக்கிய போது சீவனுள்ள சந்நிதானத்தை, திருமுன்பை உணர்ந்தேன். முதல் தடவையாக, கடவுளின் சந்நிதானத்தில் நம்பிக்கை கொண்டேன். (பல்லாண்டுகளுக்குப் பின், 1939ஆம் ஆண்டில், ஸ்ரீ அரவிந்தர் இந்த இரண்டு அனுபவங்களையும் விவரித்து இரண்டு சான்னெட்டுக்கள், அதாவது, சிறு உணர்ச்சிப் பாடல்கள் பாடினார். அவை அனுபந்தத்தில் திரும்ப எடுத்து வழங்கப்பட்டுள்ளன.)

பின்னர், 1903ஆம் ஆண்டில் காஷ்மீரில் இருக்கையில் சங்கராச் சாரியார் குன்றுக்குச் சென்றிருந்தபோது, உலகம் யாவும் மறைந்த அகண்ட சூன்னியத்தின் பிரத்யட்ச அனுபவத்தைப் பெற்றார். அவ்வனுபவம் சாதாரணமாக நீண்டகால யோக சாதனைக்குப் பிறகே கிடைக்கப் பெறும்.

1904ஆம் ஆண்டுக்குப் பிறகே அவர் யோக சாதனையை உள்ளார்ந்த அக்கறையுடன் மேற்கொண்டார். அதில் பிராணாயாமத் துடன் ஆரம்பித்துச் சொற்பகாலத்திற்குள், அதனால் அடையக்கூடிய யாவற்றையும் அடைந்தார். அவர் நினைத்துப் பார்த்ததாவது:

> "அது சமயம் நான் கவிதை எழுதுவதுண்டு. வழக்கமாக நாளொன்றுக்கு ஐந்து முதல் எட்டு அல்லது பத்து வரிகள் வரையில் எழுதினேன். ஒரு மாதத்தில் இருநூறு வரிகள் வரை எழுதினேன். பிராணாயாமத்திற்குப் பின், அரைமணி நேரத்திற்குள் இருநூறு வரிகள் எழுத முடிந்தது. முன்பெல்லாம் என் ஞாபக சக்தி மந்தமாகவே இருந்தது. ஆனால், பின்னர்

தெய்வீக அகத்தூண்டுதல் ஏற்பட்டபோது, முறைப்படி வரிகளை நினைத்துக் கொள்ளவும் பின் சௌகரியப்படி எந்நேரத்திலும் எழுதிக் கொள்ளவும் முடிந்தது. மன அலுவல்கள் இங்ஙன மாகப் பெருகியதோடு மூளையைச் சுற்றிலும் மின் சக்தி செயற் படுவதையும் காண முடிந்தது."

இத்தகைய பயிற்சிகளின் வரம்புகளையும் அவர் உணர்ந்திருந்தார். 1938ல் எழுதிய கடிதமொன்றில் அவர் குறிப்பிட்டிருந்ததாவது:

"பிராயாணாமத்தையும் இதர பயிற்சிகளையும் என் சொந்த வழியில் நான்காண்டுகள் பயின்றபின் நான் அடைந்தன வெல்லாம் உடலாரோக்கிய மிகுதி, வழிந்தோடும் அளவு ஆற்றல், உடலுளத் தொடர்புகள் பற்றிய குறிப்பிடத்தக்க சில நிகழ்ச்சிகள், கவிதைப் படைப்பின் பெரும்பெருக்கு, பெரும் பாலும் விழிப்புடைய கண்கள் பெறும் அளவுள்ள ஒரு சக்தியையுடைய சூக்குமப் பார்வை ஆகியவைதாம். இவற்றிற்கு மேல் ஒன்றுமில்லை."

அவர் சில யோகிகளுடன் தொடர்புகொண்டிருந்தார். ஆனால் அவருடைய யோகப் பயிற்சியில் அவர்களுக்கு யாதொரு பங்கு மில்லை. இவ்விஷயத்தில் மராத்திய யோகி ஒருவரே அவருக்குக் கொஞ்சம் உருப்படியான உதவியளித்தார். ஸ்ரீ அரவிந்தரின் வாழ்க்கை வரலாற்றாசிரியரான திரு. அம்பாலால் புராணியிடம் யோகி லேலே 1916ஆம் ஆண்டு பேசுகையில், பரோடா செல்லுமாறு தமக்கொரு செய்தி கிடைத்தபோது, மகாபுருஷர் ஒருவருக்குத் தீட்சை கொடுக்க வேண்டிவரும் என்னும் உள்ளுணர்வு அல்லது அந்தர்ஞானம் தோன்றியது என்றார். ஸ்ரீ அரவிந்தர் இதை இங்ஙனமாக ஒப்புக் கொண்டிருக்கிறார்.

"தியானத்தில் அமர்" என்றார் லேலே. "ஆனால் சிந்தனை செய்யாதே. மனத்தை மட்டுமே நோக்கு. எண்ணங்கள் அதனுள் வருவதை நீ காண்பாய். அவை நுழையுமுன் உன் மனத்திலிருந்து இவற்றை உதறித் தள்ளிவிடு. உன் மனம் முற்றும் மோனத்தில் ஆழ்ந்துவிடும் திறன் பெறும் வரையில் இங்ஙனமாகச் செய்." இதை எனக்குக் காட்டியதற்காக லேலேயிக்குப் பெரிதும் கடன் பட்டிருக்கிறேன். எண்ணங்கள் புறத்திலிருந்து மனத்திற்குள் வெளிப்படையாக நுழைகின்றன என்பதை இதற்கு முன் நான் கேள்விப்பட்டது கிடையாது. ஆயினும் அது

உண்மை அல்லது இயலும் என்பதுபற்றி ஐயப்பாடு எழுப்ப எண்ணியதும் இல்லை. நான் தியானத்தில் அமர்ந்து லேலே சொன்னபடியே செய்தேன். ஒரு நிமிடத்தில் என் மனம் உயர்ந்த மலையின் உச்சியில் காற்றில்லாத திறந்த வெளியைப் போல மோனமுற்றது. பின் வெளியிலிருந்து ஒரு எண்ணத்திற்குப் பின் மற்றோர் எண்ணமாக உருப்படியாக வந்ததை நான் கண்டேன். அவை நுழைந்து மூளையைப் பற்றுமுன் அவற்றைத் தூரமாக எறிந்தேன். மூன்று நாட்களில் நான் அவற்றினின்று விடுதலை பெற்றேன். அது முதற் கொண்டு, கொள்கையளவில், என்னிலுள்ள மனோமய புருஷன் சுதந்திர அறிவுத் திறனாகவும் அகிலலோக, விசுவ மயமான, மனமாகவும் ஆகிவிட்டான்." அவன் இனியும் எண்ணத் தொழிற்சாலையில் ஒரு தொழிலாளியைப் போலத் தனி மனிதனின் சிந்தனையின் குறுகிய வட்டத்தின் வரம்புக்கு உட்பட்டிருக்க வேண்டியதில்லை. இந்தப் பரந்த சாம்ராஜ்யத்திலும் எண்ணத்தின் சாம்ராஜ்யத்திலும் தான் விரும்பியதைத் தேர்ந்தெடுக்கச் சுதந்திரமுடையவனாகவும், இருக்கையின் நூறு மண்டலங்களிலிருந்தும் ஞானத்தைப் பெறுவோனாகவும் இருப்பேன்.

லேலேயின் உதவி நீண்டகாலம் தேவைப்படவில்லை. தம் சொந்த நாட்டத்தின் ஆற்றலின் விளைவாகவும், குறிக்கொண்ட கருத்தின் உடன்பிறந்த நேர்மையாலும் உணர்வுமண்டலத்தில் பாய்ந்து சென்று பிரம்ம நிர்வாணம், செயலற்ற மோன பிரம்மன் போன்ற அடுக்கடுக்கான அனுபவங்கள்மூலம் சுயானுபூதியின் இன்னும் குறிக்கப்படாத வரம் பெல்லைகளை அணுகினார். பின்னர் புதுவை யில் தான் இவற்றை முற்றும் ஆய்வு செய்து தம் ஆதிக்கத்தின் கீழ்க் கொண்டுவந்தார்.

ஸ்ரீ அரவிந்தர் வாழ்க்கையில் இக்காலத்திய இலக்கியப்படைப்புத் திறன் பல்வேறுபட்ட தெய்விக அகத்தூண்டுதல்களால் சிறப்புப் பெற்றது. சமஸ்கிருத மொழியில் உள்ள பேரிலக்கியங்களைக் கருத்தூன்றி ஆராய்ந்தார். இந்திய மொழிகள் பலவற்றையும் எளிதில் அறிந்துகொண்டார். இந்திய இலக்கியத்தின் உயிர்நிலையை இங்ஙனமாக ஊடுருவியதன் பயனாக அவருடைய கவிதைக்கு ஒரு புதிய உயிர்த்துடிப்பு காணப்பட்டது. அவரது கவிதைப் பெரும் படைப்பின் பொருளும், அவர் தம் சூரிய நோக்கில் வெளிப்பட்ட பரமாம் அருள்மொழியுமான சாவித்திரி, வெகுகாலத்திற்குப் பின்

புதுவையில் எழுதப்பட்டு 1950ல் அவர் மகாசமாதி அடைந்ததற்குச் சிறிது முன்பே முடிக்கப்பட்டதாயினும், பரோடாவில் தான் ஒரு விதமான முதலுருவு பெற்றது. இந்த ஆதிகாலம் பூர்வாங்கத் திட்ட வரைவில் எப்பகுதியும் நமக்குக் கிடைக்கவில்லை.

அவர் சண்டிதாஸ், ஞானதாஸ், போன்ற ஆதி வங்காளக் கவிகளின் தன்னுணர்ச்சிப் பாடல்கள் பலவற்றை ஆங்கிலத்தில் மொழிபெயர்த்தார். அவை தாம் வழக்கமாகச் சொல்லும் வகையில் வெறும் மொழிபெயர்ப்புகள் அல்ல, அவை மகத்தான மொழி பெயர்ப்புகள் ஆகும். மூலத்தின் உள்ளுயிரும் பாவத்தின் இனிமை யும் சீவனுடன் துடிக்கின்றன. மொழிபெயர்ப்புகளில் இது அபூர்வ மாகவே காணப்படுகிறது.

தன் காதலை ஏற்று எதிரிடையாகவும் தகுதிப்படியும் செய்யத் தெரியாத கிருஷ்ணனிடம் ராதை கூறுகிறாள்.

"ஃபிரஜாவின் பெண்களுக்கு உவகையளிக்கும் நந்த குமாரனைப் போல் நான் இறந்து மீண்டும் பிறப்பேன். அப்போது நான் உன்னை அழகிய சுருள்மயிர் அமைந்த, புன்னகை செய்யும் முகத்தையுடைய ராதாவாக ஆக்குவேன். பின் உன்னை நான் காதலிப்பேன். பின் விட்டுவிடுவேன். காலையிலும் மாலையிலும் தண்ணீர் கொண்டுவரக் கடம்பின் கிளைகளின்கீழ்ச் செல்லுகையில், மரத்தின்மீது சாய்ந்து கொண்டே புல்லாங்குழலில் இனிது இசைப்பேன்."

இதோ ராதா-கிருஷ்ணனைப் பொருளாகக் கொண்டு புகழ் பெற்ற வைஷ்ணவக் கவி வித்தியாபதியால் மைதிலியில் எழுதப்பட்ட பாடல்கள் ஸ்ரீ அரவிந்தரின் ஆங்கில மொழிபெயர்ப்பில் தம் காதற் காவியம் சார்ந்த பேரழகுடன் தளராது ஒளி வீசுகின்றது.

விளையாடினும் விளையாடாள் அவள்
மிகப் புதியவள்போல் வெட்கப்படுகிறாள்.
தற்செயலான பார்வையையும் தாங்கள்
பார்த்தும் பார்க்காள்
ஊகித்து ஐயுறக் கூடாதென்று
தன் தோழியின் கண்களிலிருந்தே புன்னகை செய்கிறாள்
மாதவா என்னைக் கேள், என்னைக் கேள்
நான் உன்னிடம் கொண்டுவரும் வழக்கு நியாயமானது

*இன்று ராதை இக் கண்களைப் பார்த்துவிட்டாள்*
*ஈடு இணையற்ற கன்னி அவள்.*

அவர் சம்ஸ்கிருதத்திலிருந்து மூன்று சிறந்த நூல்களை மொழி பெயர்த்தார். காளிதாசனின் **மேகதூதன்**, **விக்கிரமோர்வசி**, ஆகியவை யும் பர்த்ருஹரியின் நீதிசதகமுமே அவை. துரதிருஷ்டவசமாக, **மேகதூதனையும்** இக்காலத்திய இதர மொழிபெயர்ப்புகளையும் மூல நூல்களையும் இழந்துவிட்டோம். ஆனால் விக்கிரமோர்வசி அல்லது **வீரனும் எழில் மடமாதும்** காலத்தைப் புறங்கண்டு வாழ்கின்றது. டாக்டர் கே.ஆர். ஸ்ரீநிவாசய்யங்கார் குறிப்பிடுகிறார். **விக்கிரமோர்வசியை** ஆங்கிலக் கவிதை நடையில் உருப்படுத்திக் காட்ட முயலுகையில், ஸ்ரீ அரவிந்தர் சண்டிதாஸ், பர்த்ருஹரி, சித்த ரஞ்சன் ஆகியோரை மொழிபெயர்த்தபோது மேற்கொண்ட பணியைவிட மிகக் கடினமானதொரு பணியை தீரமுடன் ஏற்று வெற்றிகண்டார். காளிதாசனின் ஒரு நாடகமாம் விக்கிரமோர்வசி காதல், வீர உணர்ச்சிமிக்கது; எளிதில் செய்யக் கூடியதுபோல் தோன்றி நம்மை ஏமாறச் செய்வது; தினசரி அனுபவங்களுக்கு அப்பாற்பட்டதாயும், முன்பின் தெரியவராததாயும், கவர்ச்சிகர மானதாயும் இருப்பது சம்ஸ்கிருத மொழியாடை அணிந்திருக்கும் அதை ஆங்கில மொழியாடை அணிய எளிதில் இணங்கச் செய்து விட முடியாது. ஆனால் ஸ்ரீ அரவிந்தர் அந்த அருஞ்செயலாகச் செய்து முடித்தார். அதன் விளைபயனே **வீரனும் எழில்மய மாதும்**, லாரன்ஸ் ஃபின்போனின் சகுந்தலையைப் போல ஸ்ரீ அரவிந்தரின் **வீரனும் எழில்மய மாதும்** மூலத்தின் உணர்ச்சிப் பரபரப்பையும், தனிச்சுவைத் திறத்தையும் நன்முறையில் உருவப்படி எடுத்து வழங்குகிறது. அன்னிய மொழியுடையிலும் அது காளிதாசன் தன் சொந்த மொழியில் பழகுவதைப் போன்ற உணர்ச்சியை உண்டாக்குவதில் வெற்றியடைகிறது.

பரோடா காலத்தில் எழுதப்பட்ட கவிதைகளில் **ஊர்வசி** என்னும் கவிதையொன்றும் காண்கிறது. விண்ணுலகத் தெய்வமகள் ஒருத்தி இம்மண்ணுலக மானிடன் ஒருவனின் காதலுக்கு அடிமைப் பட்ட கதை இது. ரிக் வேதத்தில் கூறப்படும் நித்திய எழில்மய நங்கையைக் காளிதாசன் புதிதாகப் படைத்துத் தந்தான். அதிலிருந்து அருளாவேசம் பெற்று எழுந்ததே ஸ்ரீ அரவிந்தரின் **ஊர்வசி**.

காம்பின்றித் தானே மலர்ந்த மலரெனத் தாமும் ஊர்வசியை வர்ணிக்கிறார். அவள் இந்தியக் கவிகளை வரலாறு நெடுகிலும்

தடுக்க முடியாத வலிமையுடன் ஈர்க்கும் தன் கவர்ச்சிக்கு உட்படுத்தி யிருக்கிறாள். தொன்றுதொட்டு வழங்கிவரும் ஒரு கதையின்படி இத்தேவலோக நங்கை புரூரவஸ்ஸின்பால் மையலுற்றாள். வீரனும் தெய்வலோக நங்கையும் பல்லாண்டுகள் ஒன்று சேர்ந்து வாழ்ந்தனர். ஆயினும் அவர்களுடைய காதல் தேய்வுறவில்லை. ஊர்வசியும் வானுலகில் தன் கடமையை மீண்டும் துவக்கத் திரும்பிச் செல்ல வில்லை. கடைசியாக அதிருப்தி மிகுந்த தேவர்கள் அவளைத் திரும்பி வரச் செய்தபோது புரூரவஸின் மனவேதனைக்கு அளவே யில்லை. நீண்டகாலம் அவன் அவளைத் தேடி அலைந்தான். இறுதியில் அவளைக் கண்டுபிடித்தான். ஆனால் இப்போது அவர்கள் இருவரும் ஒன்று சேருவது பல வரையறைகளால் கட்டுப்படுத்தப் பட்டது. வீரன் காதலின் தீவிரம், அவன் தான் அனுபவிக்கத் தயாராகவிருந்த தளர்வுறாத தவம், ஆகியனவும் - ஊர்வசியின் இணக்கமுந்தான் - கடைசியாக, தலைவிதியை நிர்ணயிப்போரின், விருப்பமற்ற தேவர்களின் இரக்கத்தை எழுப்புகின்றன. காதலர்க்கு இயல்பாகவும் நிரந்தரமாகவும் ஒன்றுசேர்வதற்குரிய வரப்பிரசாதம் வழங்கப்படுகிறது.

ஸ்ரீ அரவிந்தர் இக்காவியத்தை மிகமேம்பட்ட முறையில் தீட்டி யுள்ளார். இக்காவியத்தின் மாண்பு அவலச்சுவை அடங்கியிருக்கும் நிலையிலோ காமத்தின் வெறியுணர்ச்சி துடி துடிக்கும் நேரத்திலோ, ஒவ்வொரு நிலையிலும் வெளிப்படுகின்றது.

பலவந்தமாகக் கடத்திச் செல்லப்பட்டவளும் அரக்கன் காய் யினால் கைவிடப்பட்டவளுமான ஊர்வசி இங்ஙனமாகவே வீரனுக்கு வெளிப்படுத்திக் காட்டப்படுகிறாள்:

'அவள் விழுந்தப்படியே கிடந்தாள். முரட்டுத்தனமாகக் கையாளப்பட்ட தூய வெண்ணிறமானதும் பளபளப்பானது மான அல்லிமலரைப் போல, விரிந்தவிழ் கூந்தலுக்கிடையே உருவற்ற நிறைவுடன் வீழ்ந்து கிடந்தாள் அவள். வழவழப்பும் பளபளப்புமான மேலாடையிலிருந்து பளிச்சிட்டது ஒரு தோள். பொன்னிறமாயும் நிர்வாணமாயும் இருந்த அவள் மார்பு தெய்விகப் பொலிவுடன் வீங்கி எழுந்ததும் வெளிப்பட்டது. ஒரு பொற்கரம் வீசி எறியப்பட்டிருந்தது. கதகதப்பான வளமான பிறங்கொளியொன்று எழில்நயத்துடன் எல்லைக்கோடு வரைந்தது. அவளுடைய முகம் வெண்பனியிடையே வீழ்ந்த சந்திரனைப் போல விளங்கியது.

## இலக்கிய, ஆத்மீக சாதனையின் உதயம்

இந்த அமைதியான காட்சிக்கு நேர் எதிராக அவர்கள் இணையும் நேரத்தைக் கவி பற்றிப் பிடித்திருப்பதையும் பார்க்கிறோம்:

அலைகடல் ஆனந்தமாகக் கரையைநோக்கிப் பாய்ந்து பொன்மணலை விழுங்கியதுபோலவே வலிமைமிக்க இன்பம் சுற்றியெங்கும் பாய்ந்து உள்ளத்தைக் கொள்ளை கொண்டது. மகிழ்ச்சி மேலிட்ட புரூரவஸ் பெருங்குரல் எழுப்பி அவளை வலிந்து கைக்கொண்டு புளகாங்கிதம் அடைந்த தன் மார்போடு அணைத்துக் கொண்டான். அவளை விடாது ஒட்டிக்கொண்ட அவன் திடீர் நடுக்கம் உற்றான். அவளது அற்புதக்கூந்தல் கட்டுத்தளர்ந்தது. காற்று அதைப் பற்றித் தாங்கிப் புரூரவஸின் தோள்மீது வீசிக் காற்றில் அலையாடச் செய்தது. அவனது கன்னத்தில் ஒரு மென்மை இருந்தது. களைப்புற்ற அவள் பலமான உணர்ச்சிகளுக்கு ஆட்பட்டாள். தன்னாற்றல் முற்றும் இழந்துவிட்ட அவள் மூச்சுத் திணறினாள்; தெளிவாகப் பேசும் ஆற்றலற்ற அவள் ஏதோ முணுமுணுத்தாள். வலிந்து விரட்டும் ஆலங்கட்டி மழையின் ஊடே அரைகுறையாகத் தென்படும் மெல்லிய மரத்தைப் போல அவள் கிடந்தாள்.

புரூரவஸ்ஸும் ஊர்வசியும் இறுதியில் கூடியிணைந்த கட்டத்தோடு கவிதை முடிவடைகிறது. இறுதிவரிகளின் உட்பொருளானது இரு காதலரும் தாம் தகுதியுடன் பெற்ற இன்பத்தைக் கடந்து இருக்கின்றது. உண்மையாகவே, புரூரவஸ் மரணத்திற்குட்பட்ட இம்மண்ணுலக மானிட நிலையிலிருந்து மரணமிலாத் தேவர் வாழும் விண் மண்டலத்திற்கு உயர்த்தப்பட்டுள்ளான்.

காதலர் இப்புவியை அடியோடு துறந்துவிட்டனர். ஆயினும், கீழே தொலைவிடத்தில் மோனம் நிறைந்ததும் வல்லமை வாய்ந்ததுமான அண்ட வெளியின் ஊடே பசுமை நிறைந்ததும், விடாமுயற்சியும் சுறுசுறுப்பும் உடையதுமான இப்பூமி இடை விடாமல் சுழன்று கொண்டே தான் வருகின்றது.

அது காதலின் வீரவெற்றி, ஆயினும், மண்ணுலகும் இதற்குரிய சாக்காடும் அதில் யாதொரு பங்கும் கொள்ளவில்லை. ஸ்ரீ அரவிந்தர் பரோடாவில் எழுதிய இரண்டாவது நீண்ட கவிதை யான காதலும் சாதலும் என்பதில் தான், தலைவன் தலைவி ஆகிய இருவரும் சாக்காட்டுக்கு உட்பட்ட இம்மண்ணுலக மாந்தர். அன்றியும், அவர்கள் காதலின் வெற்றி மேலும் சிறப்புடையது.

(ஆகக்கூடி, ஊர்வசி-புரூரவஸ்ஸின் கதையானது, உலகம் குழந்தைப் பருவத்தில் இருந்து வந்தபோது, இந்தக் காலத்தில் நிகழ்ந்தது எனத் தெளிவாகக் கூற முடியாத மங்கலான கால நிலையில் நடந்ததாகும். ஆனால் காதலும் சாதலும் என்னும் கதை மிகவும் பிற்காலத்தைச் சார்ந்ததாகும். அக்காலத்தில் மானிடன் புவியில் மிக ஆழமாக வேர்விட்டு நிலைத்திருந்தவன். அன்றியும் அவனுடைய ஆர்வங்கள் முதிர்ந்திருந்தன. வானுலக அறங்களைப் பெறுவதற்கான திறனும் ஆற்றலும் அவனுள் அடங்கியிருந்தன.)

> காதல் அவனுக்கு நவீனமானதாயும் எழுச்சி மிக்கதாயும் மாசற்றாயும் இருந்தபோது, ஒளிவீசிய முற்கால உலகைச் சார்ந்த கானகத்தில், காலைக்கதிரவனின் பொன்னொளி ஒரு மலருடன் ஆடல் புரிவதைப் போல தன் மணப்பெண் பிரியம்வதையுடன் விளையாடினான்.

ஒரு நாட் காலை, அரவம் தீண்டப் பெற்று, பிரியம்வதை உயிர் விட்டாள். ருரு பெரிதும் வேதனையடைந்தான். ஆனால் அதைச் சரியீடு செய்ய அவனுள்ளத்தில் பேருறுதி நிலவியது. காதல் தெய்வத்தைச் சந்திக்கிற வரையில் அவன் அலைந்து திரிந்தான், இங்கும் அங்கும் காமனின் உதவியால், பயங்கரப் பாதாளத்திலுள்ள பல லோகங்களையும் கடந்து சென்று, யமலோகத்தில் சிறிது காலம் தங்கிப் பின் பிரியம்வதையின் ஆயுளைத் திரும்பப் பெறுவதில் வெற்றி அடைந்தான். அங்ஙனம் செய்கையில், ருரு தன் பாதி ஆயுளைப் பிரியம்வதைக்குக் கொடுக்க வேண்டியதாக இருப்பினும், அது யமதர்ம ராஜனின் யதேச்சாதிகாரத்தின் மீது அடைந்ததொரு வெற்றியாகும்.

**காதலும் சாதலும்** இப்பூலோக ஆதி குடிமக்கள் விடுதலைக் கீதமும் ஆகும். அவர்கள் சமயம், சமயக் கொள்கைகள், அரசியல் அல்லது கடமைகள், பலவிதமான நிறுவனங்கள் ஆகியவற்றின் சுமையினின்று நீக்கப் பெற்றவர்கள்:

> அக்காலத்தில் இப்புவி உயிர்த்தசையுடையதாயும் நுண்ணுணர்ச்சிக்கு இடமாயும் இருந்தது. கருத்து வளம், கற்பனை வளம் மிக்கதாயும் வருங்காலச் சிறப்பு வாய்ந்ததாயும் விளங்கியது. பழக்கப்படாததாயும் அது இருந்தது. இப்புவி அன்னையின் சமவெளிகளை சுதந்திரமாகவும் கோட்டை கொத்தளங்களின்றியும் கைக்கொண்டிருந்தனர் ஓர் இனத்தவர். அவர்கள் உள்ளம் எத்தகையக் கட்டுப்பாடுகளினாலும் இறுக்கிப்

*பிணைக்கப் படவில்லை. பேரொளி தமக்குள் ஊடுவியதென்றும் அவர்கள் இணங்கினர்.*

**இறுதிவரையில் அது இப்புவியின் கீதமாக இருந்துவருகின்றது. ஊர்வசி இப்புவியைத் துறப்பதுடன் முடிவடைய, இதற்கு நேர் மாறாகக் காதலும் சாதலும், ருரு, பிரியம்வதை ஆகிய இருவரைச் சுற்றிலும் பசுமையும் வளமையும் பகலொளியும் உயிர்த்துக் கொண்டிருந்தபோது முடிவடைகிறது.**

**புவியன்னை தன் குழந்தைகளைப் பற்றி பெரிதும் மகிழ்ந்தாள். குயிலின் குரல் உலகின் விடியலில் தொடர்ந்து கேட்டது.[4]**

---

[4] கவிதை விஷயமாக மக்களின் மனோநிலையில் காலம் மாறுதல் ஏற்படுத்துவதை நம் கவி ஒரு தனிச் சிறப்புடன் அறிவார். சீடர் ஒருவர் காதலும் சாதலும் என்பதை இங்கிலாந்தில் வெளியிடச் செய்த முயற்சியைத் தடை செய்து 1934இல் எழுதிய கடிதமொன்றில் குறிப்பிட்டதாவது:

"இங்கிலாந்தில் காதலும் சாதலும் வெற்றியடைவது பற்றி நீ மதிமயக்கம் கொண்டிருக்கிறாய் என்று அஞ்சுகிறேன். காதலும் சாதலும் எழுதப்பட்ட காலத்தில் மெரிடித்தும் பிலிப்ஸும் இன்னும் எழுதிக்கொண்டிருந்தனர். ஏட்ஸ்ஸும் ஏ.இ.யும் புது உயிராக உருவாகும் பெண் கருவில் இல்லாவிடினும், மலராத மொட்டாக மட்டுமே இருந்தனர். அதற்குப் பின் காற்று மாறி விட்டது. ஏட்ஸ்ஸும், ஏ.இ.யுங்கூட தம் பழைய உயர் மதிப்பை இழந்து விட்டனர். யுத்த பிற்கால எழுத்தாளர்களுக்கும் இலக்கிய விமர்சகர்களுக்கும் காதலும் சாதலும், உருவிலும் சரி, இதர லட்சணங்களிலும் சரி; பழிகேடானது. முற்றும் அசட்டை செய்யா விடினும் வெகுகாலத்திற்கு முன்பே இகழுக்கு உள்ளாக்கி விடப்பட்ட இலக்கிய முன்மாதிரியின் காலங் கடந்த மெலிந்த, ஒரு போலி. அந்த மாதிரி நான் இதைக் கருதவில்லை. ஆனால் என் கருத்தை யார் கேட்கப் போகிறார்கள்? சார்பற்ற கலையார்வலரின் கருத்தன்றோ வெற்றிக்கு அவசியம். அது எழுதப்பட்டபோதே வெளியிடப்பட்டிருந்தால் ஒருகால் வெற்றியடைந்திருக்கலாம். ஆனால் இப்பவோ! இங்கிலாந்தில் இதை ஆர்வமுடன் படிக்கக் கூடியவர் பலர் உள்ளனர். ஆனால் அவர்கள் கையில் இது போய்ச் சேருமென நான் நினைக்கவில்லை."

இப்போது கவிதைக்குரிய இந்திய விஷயங்கள் ஏராளமாக உள்ளன. ஸ்ரீ அரவிந்தரின் படைப்பு மண்டலம் அவற்றினிடையே போதியளவு விஸ்தாரமாக இருக்கிறது. உலகத்துப் பழங்கதைகள், புராணங்கள் ஆகியவற்றின் வளமான மூலப் பொருட்களிலிருந்து தமக்கு மிகப் பொருத்தமான ஆதார அமைப்பைத் தாமே தேர்ந்தெடுப்பதற்கான விழுமிய அருளெழுச்சியும் அவரிடம் இருந்தது. அத்தகைய அமைப்பை அவர் தம் ஐந்தங்க நாடகமான விடுதலைவீரன் பெர்சியூஸ்ஸுக்கு ஏற்றுக்கொண்டார். அதன் மூலமானது ஒரு பழங்கதை, வீர உலகைச் சித்திரிக்கும் ஒரு புராணம். அதன் ஆதி இயல்பை நீக்கிவிட்டு, அதன் கருவைச் சுற்றிலும் எலிசபத் காலத்திய மாதிரியில், மானிட குணப்போக்குகள், திடீர் உயிர் எழுச்சிகள் ஆகியவை பற்றிய கற்பனை கதையின் காட்சிகள் வளர்ச்சியடையச் செய்தார்.

ஆனால் நாடகம் இம்மட்டோடு நின்றுவிடவில்லை. கடல்தெய்வமான பாஸ்ஸிதோனுக்கு எதிராகத் தன் தாய் காட்டிய அவமதிப்பையும் பற்றார்வமின்மையையும் ஈடு செய்யக் கடற்பூதத்தால் விழுங்கப்படுவதற்காக இளவரசி அந்திரோமீது கற்பாறைகளில் சங்கிலி போட்டுக் கட்டப்பட்டாள். பெர்சியூஸ் அவளை இத்தளையிலிருந்து விடுவித்துக் காப்பாற்றினான். அவனுடைய இச்செயலில் உண்மையின் வெற்றியைக் காண்கிறோம்.

பெர்சியூஸ் தெய்விக இயற்பண்புகளையுடைய ஒரு வீரன். அந்திரோமீதோ, ஆட்சிக்குப் பணியாமல் எதிர்த்தெழுகிற உயிர்த் துடிப்பும் ஆர்வமும் உடையவள். ஆன்மாவை எதிர்க்கும் யாவற்றையும், மூடநம்பிக்கைகள், சமயச் சடங்குகள் ஆகியவை பற்றிய தவறான விதிமுறைகள் ஆகிய யாவற்றையும் எதிர்ப்பவள். அவளுடைய தகப்பனார் அவளிடம் சொன்னதாவது:-

> வல்லமைமிக்கத் தேவர்கள் மானிடரைக் கட்டுப்படுத்தும் சட்டதிட்டங்கள், விதிகள் ஆகியவற்றிற்கு அப்பால் மிகத் தொலைவில் குடியிருக்கின்றனர். அவர்களைச் சாக்காட்டுக்கு உட்பட்ட மானிட மதிப்பீடுகளால் திட்டமிடுவதற்கில்லை. இவர்கள் தன் பலிபீடத்தில் உயிர் விட வேண்டும் என்பது பாஸ்ஸிதோனின் திருவுள்ளக் கருத்தாகும். அதன்மீது கேள்வி எழுப்புவதற்கு உரிமையில்லை!

*அதற்கு அவள் மறுமொழி அளித்ததாவது:*

**கேள்வி எழுப்பித்தான் ஆகவேண்டும். உன் தேவன் பட்டினி போடட்டும்.**

*நாடகம் பெர்சியூஸ்ஸின் இந்த எச்சரிக்கையுடனும் தீர்க்க தரிசனத்துடனும் முடிவடைகிறது:*

*ஆனால் மூர்க்கமான, கீழான சக்திகள் இன்னும் ஆற்றலுடையனவாக உள்ளன. மேலே ஏறுதல் மெதுவாகவே நடக்கிறது, காலமோ நீளுகின்றது. ஆயினும், உண்மை வளருகிறது, இசைவும் இணக்கமும் பெருகுகின்றன. மானிடர் நெருங்கிய உறவினர் என்பதையும் உயிர்க்குலம் ஒன்று என்பதையும் உணரும் நாள் வரும். இடையே முற்போக்கான அடி ஒன்று எடுத்துவைத்தாலும், அது சிறிதளவேனும் அடைந்த வெற்றியாகும். ஒளிகுறைந்த இம்மண்ணுலக ஆன்மா பேரொளியில் முற்றும் விழிப்புறும் வரையில், கொஞ்சம் கொஞ்சமாக விண்ணுலக ஒளிக்கதிர்கள் இப்புவியினுள் பாய்ந்து உயர்நலம் செய்ய அது தன் உள்ளத்தைத் திறந்து வைத்துக்கொள்ள வேண்டும்.*

***பஸ்ஸோரா அமைச்சர்கள்*** *இக்காலத்தைச் சேர்ந்ததொரு படைப்பாகும். இது மிக்க மகிழ்ச்சி தருவதும், சிறப்பு வாய்ந்ததும், காதல்- வீரம் அருஞ்செயல்கள் நிரம்பியதுமானதொரு நாடகக் காப்பியமாகும். அலிபூர் சதி வழக்கு சம்பந்தமான பத்திரங்கள், தஸ்தாவேஜுகள் ஆகியவற்றுள் புதைந்து கிடந்த இது 1951இல் தான் மீட்கப்பட்டது. அராபிய இரவுகள் என்ற கதைகளிலிருந்து எடுத்த ஒன்றை நாடக உருவில் மாற்றியமைத்திருக்கிறார் ஸ்ரீ அரவிந்தர். இந்நாடகம் சில எதிர்பாராத, மனவேற்றுமைகள், சச்சரவுகள் பற்றி எச்சரிக்கை செய்வதுடன் முடிவடைகிறது:*

*ஒருவர் மற்றொருவருடைய அன்புக்கும் அழகுக்கும் தகுதி வாய்ந்த செவ்விய தோற்றமுடைய குழந்தைகாள்! கை பிடித்த மக்களைப் பிரித்திடும் இயமன் வரும்வரையில் உலகம் தரும் இன்பங்களையும், பின்னர் விண் தரும் இன்பங்களையும் நன்றாகத் துய்க்கவும், இடையே இதைமட்டும் நன்றாக நினைவிற்கொள்ளவும், வாழ்க்கையானது புன்னகையின் புறத் தோற்றத்திற்குப் பின்னே மெய்யிறுதிப்பாடு உடையது.*

நம்மைப் பேரிடர்க்கு உள்ளாக்கத் தக்கது. நாமும் நம் மகிழ்ச்சி குறித்து எச்சரிக்கையாக இருக்க வேண்டும். அதன் பாதையில் செல்லும்போது, தடுக்கி விழுவோமாயின், சர்வதயாளன் நம்மைத் தன் வலிய கரங்களால் தாங்கவும் நாம் செய்த பிழைகள் மீது தீர்ப்பளிக்கும், பயங்கரமான, இரக்கமற்ற நீதிபதியின் முகத்தையன்று, நம்மைப்பெற்ற தந்தையின் முகத்தையே காட்டுவான்.

\* \* \* \*

# 4
## தேசபக்தக் கவி

இந்த வாதப் பிரதிவாதங்கள் முடிந்து எல்லாம் மறதியில் மாய்ந்த வெகுகாலத்திற்குப் பிறகும், இக்குழப்பமும் கலவரமும் கிளர்ச்சியும், அடங்கிய வெகுகாலத்திற்குப் பிறகும் அவர் மறைந்த பல்லாண்டுகளுக்குப் பிறகும், அவர் தேசபக்தக் கவியாகவும் தேசீயத்தின் தீர்க்கதரிசியாகவும், மன்பதையின் அன்பாகவும் மதிக்கப்படுவார். அவர் மரித்து மறைந்த பல்லாண்டுகளுக்குப் பிறகும், அவர் செம்மொழிகள் இந்நாட்டில் மட்டுமல்ல; கடல் கடந்த, மிகத் தொலைவிலுள்ள நாடுகளிலும் விடாது எதிரொலித்துக் கொண்டிருக்கும்.

-சி.ஆர். தாஸ்

தேசபக்த சித்தரஞ்சன் தாஸ் எனப் பெயர்பெற்ற சி.ஆர்.தாஸ் தாம் அலிபூர் சதி வழக்கின் விசாரணையில், எதிர்வாதி ஸ்ரீ அரவிந்தரின் சார்பில் இறுதி வாதத்தின்போது, அவரைத் தேசபக்தக் கவியென வர்ணித்தார். இது ஒரு அருள் வாக்கேயாகும். இதன் உண்மையைப் பற்றிய நம் மதிப்பீட்டை, தனி மனிதர் என்ற சொந்த முறையில் தன் மனைவியாருக்கு எழுதிய அந்தரங்கக் கடிதங்களிலிருந்து எடுக்கப் பட்ட சில பகுதிகளிலிருந்து ஸ்ரீ அரவிந்தரின் ஒரு கணநேரக் காட்சியுடன் நாம் ஆரம்பிக்கலாம். இக்கடிதங்கள் அலிபூர் விசாரணையின்போதும் அதற்குப் பின்னரும் மக்களனைவரும் படிக்கக்கூடிய ஒரு பொது வரலாற்றுப் பத்திரமாகும். அதன் கணக்கற்ற பிரதிகள் பாரத நாடு முழுவதிலும் வழங்கின.

ஸ்ரீ அரவிந்தர் 1901ஆம் ஆண்டு கல்கத்தாவில் பூபால சந்திர போஸ் அவர்களின் திருமகளான மிருணாளினி தேவியை மணந்தார். மிருணாளினி வீறமைதி சான்றவள், கட்டழகி. அவருடன் பழகியவர்களின் கூற்றுக்கு இளைய, அவள் பெருமைக்கு உகந்த பொறையே, துன்பம் தாங்கும் ஆற்றலே ஓர் உரு எடுத்தவள். பரோடாவில் சிறிதுகாலம், கல்கத்தாவில் மேலும் சொற்பமான காலம் இவைதவிர தம் கணவருடன் வாழ இவருக்கு வாய்ப்பு

கிடைக்கவில்லை. ஒரு நாள் காலை, பெயரளவிலான சதி வழக்கு சம்பந்தமாக ஸ்ரீ அரவிந்தர் போலீசாரால் கைது செய்யப்பட்டு எடுத்துச் செல்லப்பட்டபோது, இவற்றையெல்லாம் பார்க்க நேர்ந்த அவர் அடைந்த அதிர்ச்சியைத் தாங்கமுடிந்தது என்றால், அதற்குக் காரணம் ஸ்ரீ அரவிந்தரின் லட்சியங்கள் செயல்களின் பெருமையில் அவருக்கிருந்த தளரா நம்பிக்கையே ஆகும். எட்டாண்டுகளுக்குப் பின் ஸ்ரீ அரவிந்தர் புதுச்சேரியில் அடைக்கலம் புகுந்தபோது அங்கே செல்லுமாறு அவருக்கு இசைவு தெரிவிக்கப்பட்டது. ஆனால் அதன்படிச் செய்ய அவருக்கு நேரம் கிடைக்கவில்லை. அவர் சளிக் காய்ச்சலினால் பீடிக்கப்பட்டு 1918 ஆண்டு டிசம்பர் மாதத்தில் உயிர்துறந்தார்.

பின்வரும் பகுதிகள் ஸ்ரீ அரவிந்தர் பரோடாவிலிருந்து 1905ஆம் ஆண்டு ஆகஸ்ட் மாதம் 30ஆம் தேதியன்று அவருக்கு எழுதிய கடிதத்திலிருந்து எடுக்கப்பட்டன.*

"...விதிவசத்தால் நீ ஒரு விசித்திரமான பெயர்வழியுடன் பிணைக்கப்பட்டிருப்பதை இதற்குள் நீ கண்டுபிடித்திருக்கலாம். என் மனநிலை, கருத்துக்கள், நோக்கங்கள், செயல்கள் ஆகிய யாவும் இது சமயம் என் நாட்டவர் கொண்டுள்ள மனநிலைகள், விருப்பங்கள், லட்சியங்கள், செயல்துறைகள் ஆகியவற்றிற்கு முற்றிலும் மாறுபட்டவையாவும் அசாதாரணமாயும் இருக்கின்றன. சாதாரண மாகக் காணப்படாத விருப்பங்களையும் கருத்துக்களையும் கொண்ட மனநிலையை மக்கள் பைத்தியம் எனக்கூறுவர். ஆனால் அத்தகைய பைத்தியம் பிடித்த ஒருவன் மேற்கொண்ட கருமமானது நிறைவேறிடின், அவனையே மகாபுருஷன் எனப் போற்றுவர். ஆயிரத்தில் பத்துப் பேர்களே அசாதாரணமாக இருப்பர். இப்பத்துப் பேர்களில் ஒருவனே காரியசித்தி அடைகிறான். என் முயற்சியினால் நான் இன்னும் சித்தியடையவில்லை. அதில் முற்றிலும் ஈடுபடக்கூட இன்னும் முடியாமல் இருக்கிறேன். இந்த நிலையில் என்னைப் பித்தன் என்றே கூறுவர். பித்தனைக் கணவனாகக் கொண்டவளுக்குக் கஷ்டங்கள்தாம் வரும். பெண்களுடைய ஆசைகள் யாவும் அநேகமாக இன்பதுன்பங்களையே பொறுத்திருக்கின்றன. எனக்கு மூன்று பைத்தியங்கள் உள்ளன. முதலாவதாக, இறைவன் எனக் களித்த நற்குணம், அறிவாற்றல், உயர்கல்வி, ஞானம், செல்வம்

---

* வங்காளியிலிருந்து மொழிபெயர்க்கப்பட்டது.

ஆகியன அவனுக்கே உரியன. குடும்பம் நடை பெறுவதற்கு எவ்வளவு தேவையோ அதைமட்டுமே, இன்றியமையாத தேவையை மட்டுமே செலவுசெய்ய எனக்கு உரிமையுண்டு. மீதம் ஏற்படுவதை இறைவனுக்கே அளித்துவிடவேண்டும். என்னிடமுள்ள யாவற்றையும் என் சுக வாழ்க்கையின் பொருட்டே செலவிடுவேனானால் நான் ஒரு கள்ளன் ஆவேன். கடவுளிடமிருந்து பெற்றதை அவனது திருப்பணியில் பயன்படுத்தாதவன் கள்ளனே என இந்து சாத்திரங்கள் கூறுகின்றன. இதுகாறும், என் பணத்தின் ஒரு சிறு பகுதியைத் தான் இறைவனுக்குக் கொடுத்து வந்திருக்கிறேன். அதில் பத்தில் ஒன்பது வீதம் என் சொந்த சுகத்துக்காகவே செலவழித்து வந்திருக்கிறேன். இவ்விதமாகவே கணக்கைத் தீர்த்து வந்த என் உலக இன்பத்திலேயே மூழ்கியிருந்திருக்கிறேன். வாழ்க்கையில் பாதியை ஏற்கெனவே வீணாக்கிவிட்டேன். தன் வயிற்றையும் தன்குடும்பத்தின் வயிற்றையும் கழுவுவதுடன் ஒரு விலங்கின வாழ்க்கை முறையையே நான் பின்பற்றி வந்திருக்கிறேன்.

சரோஜினிக்கோ, உஷாவுக்கோ நான் கொடுத்த பணத்திற்காக நான் வருந்தியதில்லை. ஏனெனில் பிறருக்கு உதவுவது தருமமாகும். உன்னைச் சார்ந்திருப்பவர்களுக்குப் பாதுகாப்பளிப்பது பெரிய தருமமாகும். ஆனால், ஒருவன் தன் சகோதரி, சகோதரர்களுக்கு அளிப்பதனாலேயே கணக்கு தீர்ந்துவிடாது. இந்தக் கடினமான காலங்களில் நாடு முழுவதுமே நம் வீட்டு வாசலில் வந்து நிற்பதைப் போலவே இருக்கிறது. இந்த நாட்டில் என்னுடன் பிறந்தவர்கள் முப்பதுகோடிப்பேர் உள்ளனர். அவர்களிற் பலர் பட்டினியால் மடிகின்றனர், பலர் நோயினாலும் துன்பத்தினாலும் துர்தசையடைந்து எப்படியோ உயிர் வைத்துக் கொண்டிருக்கின்றனர். அவர்களுக்கு உதவி புரிவது என் கடமையாகும். என்ன சொல்லுகிறாய்? என் தருமத்தில் பங்கெடுத்துக் கொள்ளும் தருமபத்தினியாக இருக்க நீ உடன்படுவாயா? கேவலம் சாமானிய மக்களைப் போலவே உண்டும் உடுத்தும், உண்மையாக மிக இன்றியமையாத பொருள்களை மட்டுமே வாங்கியும் எஞ்சி நிற்பதையெல்லாம் இறைவனது பணிக்கே அளிப்போம். இதுவே என் விருப்பம். நீயும் இதற்கு உடன்பட்டுத் தியாகம் செய்வாயானால் என் விருப்பம் எளிதில் நிறைவேறும் வாழ்க்கையில் நீ அபிவிருத்தியடையவில்லையென அடிக்கடி முறையிட்டிருக்கிறாய். நீ அபிவிருத்தியடைவதற்குரிய வழியை இப்போது உனக்கும் காட்டியுள்ளேன் அதை நீ கடைப்பிடிப்பாயா?

இரண்டாவது பைத்தியம் சமீபத்தில் என்னைப் பிடித்துக் கொண்டது. எவ்வழியிலாவது கடவுளை நேராகக் கண்டு சுவானுபூதி அடைதல் வேண்டும் என்பதே அது. இக்காலத்தில் எடுத்ததற்கெல்லாம் கடவுள் பெயரைச் சொல்லுவதும், உலகறியப் பிரார்த்தனை செய்வதும் பக்தியைப் பகட்டுடன் காட்டுவதுமே மதம் என மக்கள் கருதுகின்றனர். அத்தகைய மதம் எனக்கு வேண்டாம். இறைவன் இருப்பது உண்மையாயின், அவ்வுண்மையை நாமே உணர்ந்து அவனை நேருக்கு நேராகக் காண்பதற்கு ஒருவழி இருக்கத் தான் வேண்டும். அவ்வழியில் என்ன ஆபத்துக்கள் வரினும், அதில் சென்றே தீரவேண்டும் என உறுதிகொண்டிருக்கிறேன். அவ்வழி நமக்குள்ளேயே இருக்கிறதென்று இந்து சாத்திரங்கள் பறையறைகின்றன. மேலும் அவ்வழி செல்வதற்குரிய சில விதிகளையும் அவை கற்பிக்கின்றன. நான் அவ்விதிகளில் ஒழுக ஆரம்பித்திருக்கிறேன். ஒரு மாதத்திற்குள்ளாகவே இந்து சாத்திரப் போதனைகளின் உண்மை எனக்குப் புலனாகிவிட்டது. அச் சாத்திரத்தில் கூறப்பட்டுள்ள சில அறிகுறிகள் எனக்கு அனுபவமாகி வருகின்றன. அவ்வழியில் உன்னையும் இட்டுச்செல்லவேண்டும் என்பதே என் விருப்பம். இதற்குத் தேவையான ஞானம் உன்னிட மில்லையாதலால், நீ என்னுடன் சமமாக அடி வைத்து நடந்து வருவது இயலாமல் இருக்கலாம். ஆனால் நீ என்னைப் பின்தொடர்ந்து வருவது கடினமாக இருக்காது. இவ்வழியில் செல்லுவோர் சித்தி பெறக்கூடும். ஆனால் எல்லாம் அவர் அவர்களுடைய அத்தியாத்ம ஆர்வத்தைப் பொறுத்திருக்கிறது. உன்னை எவரும் இவ்வழியில் வலுக்கட்டாயமாக இழுத்துச் செல்ல முடியாது. நீ இதற்கு உன் சம்மதத்தைத் தெரிவிப்பாயானால் பின்னர் உனக்கு விவரமாக எழுதுகிறேன்.

என் மூன்றாவது பைத்தியம் வருமாறு. பலர் இந்நாட்டை வெறும் திடல்கள், வயல்கள், ஆறுகள், காடுகள், குன்றுகள் அடங்கிய உயிரற்ற ஒரு நிலப்பரப்பாகக் கருதுகின்றனர்.

நானோ இந்நாட்டை அன்னையென மதித்து வழிபடுகிறேன். அன்னையின் மார்பிலே ஓர் அரக்கன் வந்து உட்கார்ந்துகொண்டு, அவளுடைய உதிரத்தை உறிஞ்சுவானாகில், மகன் கவலை யாதுமின்றித் தன் மனைவிமக்களுடன் உல்லாசமாகக் காலங்கழிப்பானா? உடனே அவன் தன் அன்னையைக் காப்பாற்ற ஒரு வழி தேடுவான் அல்லவா? இழிநிலை அடைந்துள்ள

இந்நாட்டைக் காப்பாற்றும் வலிமை எனக்குண்டு. இதனை நான் உணர்ந்திருக்கிறேன். எனக்கு உடல்வலிமை இல்லைதான். ஆனால் நான் வாளையோ துப்பாக்கியையோ ஏந்திப் போர் புரியப் போவதில்லை. புத்தியின் வலிமையினாலேயே நான் போர் புரியப் போகிறேன். படைபலத்தையும் தூயபலத்தையும் தவிர வேறு பலமில்லை எனக் கருதவேண்டாம். அறிவை ஆதாரமாகக் கொண்டுள்ள ஆத்ம சக்தி ஒன்று உள்ளது. இக் கருத்து எனக்குப் புதிதன்று; இன்று நேற்று உதித்ததன்று; என் இயற்கையிலேயே இது ஊறி ஆழ்ந்து பதிந்திருக்கிறது. இவ்வுன்னதமான பணியை நிறைவேற்றியே இறைவன் என்னை இவ்வுலகுக்கு அனுப்பியுள்ளான். என் பதினான்காம் வயதில் இது முளைவிட ஆரம்பித்தது. என் பதினெட்டாம் வயதில் எனக்கு இவ்விஷயத்தில் அசைக்க முடியாத தோர் உறுதி ஏற்பட்டது."

இச்சமயத்தில்தான் கர்ஸன் பிரபு வங்காளத்தை இரு துண்டுகளாகப் பிரிக்கத் திட்டம் போட்டான். பாரத சமுதாய ஒற்றுமையுணர்ச்சி மிகுந்த அறிவாளிகள் கொதித்தெழுந்தனர். லண்டன் டைம்ஸ் பத்திரிக்கையின் நிருபரான வாலண்டைன் ஷிரோல் எழுதுகையில், "இதுவரையில் இந்திய நாட்டில் மக்கள் தம் உணர்ச்சிகளை வெளிப்படுத்தியபோது இத்தகைய ஆர்ப்பாட்ட நிகழ்ச்சிகள் நடந்ததே கிடையாது" என்றார்.

அதற்குள், ஸ்ரீ அரவிந்தரின் தெய்விக அகத் தூண்டுதல் விளைவாக நாடு முழுவதும் பல்லாயிரக்கணக்கான இளைஞர்களைத் தம் அங்கத்தினர்களாகக் கொண்ட ரகசியச் சங்கங்கள் கிளம்பின. அவை மிகக் கண்டிப்பான ரகசிய நிலையில் தம் காரியங்களை நடத்தி வந்ததால், பின்வந்த தலைமுறைகள் இந்த நிறுவனங்களைப் பற்றி அறிந்துகொள்வதற்கு மிகச் சொற்பமான வாய்ப்புகளே இருந்தன.

ரகசியச் சங்கங்களின் நடவடிக்கைகளின் மூலமாக மட்டுமே பெரிதும் சாதிக்கக் கூடுமென 'ஸ்ரீ அரவிந்தர் கருதவில்லை. பொது மக்கள் விழிப்படையத் தீவிரமான போராட்ட ஏற்பாடு செய்தால் மட்டுமே அவை பயனுறுதியுடையனவாக இருக்கும். அவர் இன்னும் பரோடா சர்வீஸ்ஸில் இருந்துவந்தபடியால், எத்தகைய வெளிப்படையான அரசியல் இயக்கத்திலும் பொதுமக்கள் அறியும்படி கலந்துகொள்ள முடியவில்லை. ஆனால் வங்காளப்

பிரிவினை நலக்கேடு போலத் தோன்றிய ஒரு நலமாகவே இருந்தது. ஆகவே அதைக் கை நழுவவிடுவதற்கில்லை. ஸ்ரீ அரவிந்தர் பவானி மந்திரம் என்ற தலைப்புடையதொரு திட்டத்தைத் தீட்டினார். அது அனுபவ சாத்தியமாக இருந்ததோடு தொடர் உருவமாகவும் இருந்தது. திட்டம் உருப்படியாக உதவியாக இருக்கும் பொருட்டு, கையெழுத்திடப் படாத விண்ணப்பத்தின் பிரதிகளை அவருடைய தம்பி வரீந்திரகுமார், ஸ்ரீ அரவிந்தர் சிபாரிசின் மீது பரோடா சேனையில் சேர்ந்த ஜதீன் முகர்ஜி, பாரிஸ்டர் பி. மித்ரா ஆகியோரும் மற்றும் இதரர்களும் மக்களிடையே வழங்கினர்.

திடீரென ஆரம்பிக்கும் அதன் தொடக்கப் பகுதியில் ஆன்மிகச் சார்பான ஒரு வசீகரம் காண்கிறது.

> மலைப் பிரதேசத்தில் அன்னை பவானிக்குத் திருக்கோயில் ஒன்றில் படையல் செய்யப்படும். அன்னையின் குழந்தைகள் அனைவருக்கும் இப்புனிதப் பணிக்கு உதவுமாறு அழைப்பு அனுப்பப்படும்.

சக்தியையெல்லாம் ஒருங்கு திரட்டப்பட வேண்டியதன் இன்றியமையாமையை, சம்மட்டியால் அடித்துச் செலுத்துவதைப் போலப் படிப்போர் மண்டையில் நுழையுமாறு அடித்துச் சொல்லப் பட்ட விஷயம் வருமாறு:

> முடிவில்லாமல் நடந்துவரும் உலகப் புரட்சிகளில், அனந்தன் சக்கரம் பலமாகத் தன் போக்குகளில் சுழன்று வருகையில், அவ் அனந்தனிடமிருந்து பெருக்கெடுத்து ஓடிச் சக்கரத்தைத் தொழிற்படுத்தும் அனந்த சக்தியானவள் மானிடத் திருஷ்டியில் பல்வகைத் தோற்றங்களாகவும் அனந்த உருவங் களாகவும் காட்சி அளிக்கிறாள். ஒவ்வொரு தோற்றமும் ஒரு யுகத்தைப் பத்துக் குறிக்கின்றது. சிலசமயம் அன்பாகவும், சிலசமயம் ஞானமாகவும், சிலசமயம் தியாகமாகவும், சில சமயம் இரக்கமாகவும் விளங்குவாள். இந்த அனந்த சக்தியே பவானி, துர்க்கை, காளி, அன்பிற்குரிய ராதை, இலக்குமி, நம் அனைவரின் தாயும் சிருஷ்டிகர்த்தையும் ஆவாள்.

**பவானி சக்தியாவாள்**

இந்த சகாப்தத்தில் அன்னை சக்தியன்னையாக வெளிப்பட்டிருக் கிறாள். அவள் சுத்த (தூய) சக்தி.

**உலகமெங்கும் அன்னையைச் சக்தியாகக் கொள்ளும் கொள்கை முற்றும் பரவி வருகிறது.**

நம் விழிகளை உயர்த்தி நம்மைச் சுற்றியுள்ள உலகின்மீது பார்வையைச் செலுத்துவோம். எப்பக்கம் திரும்பினாலும், ஆற்றலின் பெருந்திரளே; அஞ்சுத்தக்கனவும், தயை தாட்சண்யமற்றதையும், பெருவேகத்துடன் செல்வனவுமான சக்திகளே; பயங்கரமாக வீசி வரிசையாகச் செல்லும் சக்திகளே; பூதாகாரமான சக்தியுருவங்களே நம் கண்முன் தோன்றுகின்றன. யாவும் வலுவடைகின்றன. போர்ச் சக்தியும், தனசக்தியும், விஞ்ஞான சக்தியும் சரித்திர வரலாற்றில் முன் எப்போதும் கண்டிராத அளவு பன்மடங்கு பிரமாண்டமாயும், வசதிகளில் ஆயிர மடங்கு பெருக்கமுடையனவாயும் காண்கின்றன. அன்னை எங்கும் செயலில் ஈடுபட்டுள்ளாள். வடிவம் சமைக்கும் அவளுடைய வலுவான கரங்களினின்று அரக்கர்கள், அசுரர்கள், தேவர்களின் பேருருவங்கள் துள்ளி எழுந்து, உலக அரங்கில் பாய்கின்றன. மேலை நாடுகளில் வலிமை வாய்ந்த பேரரசுகள் மெல்ல மெல்ல எழுந்ததைக் கண்டுள்ளோம். ஜப்பானிய வாழ்க்கையில் தடுக்கமுடியாத வேகத்துடன் மும்முரமாகப் பாய்ந்துசென்ற பேரெழுச்சிகளைக் கண்டுள்ளோம். சில சக்திகள் மிலேச்சச் சக்திகள், அவை தம் வலிமையால் மதி கலங்கியும், அறிவீனகுணத்தினால் இருண்டும், இரக்கமற்றகுணத்தினால் ரத்தம் தோய்ந்தும் உள்ளன. சில சக்திகள் ஆரியசக்திகள். அவை தியாகத்தின் தூய தீயில் குளித்தவை. ஆனால் யாவுமே அன்னையின் புதுப்படைப்பில் தோன்றியவை. அவை பழையனவற்றில் தன் சைதன்னியத்தைப் பெய்கிறாள். அவள் புதியவற்றைச் சுழற்றி உயிரளிக்கிறாள்.

**சக்தி இல்லாததனால் இந்தியாவில் நாம் எவ்விஷயத்திலும் தோல்வியடைகிறோம்.**

ஆனால் பாரத நாட்டில் மூச்சு மந்தமாகவே உள்ளது. அருளெழுச்சி தோன்ற நீண்டகாலம் ஆகிறது. புராதனத் தாயான பாரதம் மறு பிறப்புக்கு உண்மையில் முயற்சி செய்து தான் வருகிறாள். வேதனைப்பட்டுக்கொண்டும் கண்ணீர் விட்டுக்கொண்டும் முயன்றுதான் வருகிறாள்; ஆனால் முயற்சி பலிக்கவில்லை. என்ன சொன்னாலும் அவள் விரிவும் வலுவும் உடையவள். அங்ஙனமிருக்க அவளைத் துன்புறுத்துவதுதான் யாதோ? பிரம்மாண்டமான குறையொன்று நிச்சயமாக அவளிடம்

இருக்கவேண்டும். உயிருக்கு ஆதாரமான ஒன்று நம்மிடம் இருக்கவில்லை என்பது தெளிவு. அது என்ன என்பதைச் சுட்டிக் காட்டவும் முடியவில்லை. நம்மிடம் மற்றயாவும் உள; சக்தி ஆற்றல்தான் இல்லை. நாம் சக்தியைக் கைவிட்டு விட்டோம். ஆகவே சக்தி நம்மைக் கைவிட்டு விட்டாள். அன்னை நம் உள்ளத்திலோ, சிந்தனையிலோ, கரத்திலோ பிரசன்னமாக வில்லை.

நம்மிடம் ஞானம் இருந்தது; சக்தி இல்லாததால் அது உயிரற்ற தொரு பொருளாக இருந்தது. நம்மிடம் பக்தி இருந்தது. ஆனால் உண்மையான பக்தி சக்தியின், எரிபொருளின், துள்ளிப் பாயும் அனற்கொழுந்து அல்லது ஆர்வக்கனலேயாம். எரிபொருள் மிகக் குறைவாக இருந்தால் தீ எத்தனை காலம் நீடித்திருக்க முடியும்?

தாமசிகத்தினால், செறிவுமிக்க சோம்பலால், இருண்ட கனமாக பேயினால் முற்றும் ஆட்கொள்ளப்பட்ட நம்மிற் பலர், அது முடியாத காரியம் என்றும், பாரதம் சக்தியற்றது என்றும், நம் இனம் அடியோடு மறைந்தொழியும் என்றும் ஊழ்வழிப் பழிக் கேட்டுக்கு ஆளானது என்றும் இப்போது சொல்லி வருகின்றனர். அது முட்டாள்தனமான வீணான தொரு சொல்லேயாகும். எம்மனிதனும், எச் சமுதாயமும் அவன் அல்லது அது வேண்டுமென்றே அழிய விரும்பினாலொழிய பலவீனமாக இருக்கத் தேவையில்லை.

ஆனால் சமுதாயமென்றால் என்ன? அச்சமுதாயத்தின் பல கோடி மக்களின் சக்தி, தம் சமுதாயத்தைப் புனர்ச்சனனம் செய்ய விரும்பு கிறோமா, அல்லது நசிக்கவே விரும்புகிறோமா என்பது நம் விருப்பத் தைச் சார்ந்தது; விண்ணப்பமானது உள்ள நெகிழ்ச்சியுடன் கூடிய அறிவு கொளுத்தும் ஓர் உரையாகும்.

சமுதாய மென்றால் என்ன? தம் தாய் நாடு என்றால் என்ன? அது ஒரு நிலப்பகுதியோ, அணி அலங்கார மொழியோ, மனத்தின் ஒரு கற்பனையோ ஆகாது. மகத்தானதொரு சக்தி யாகும் அது...

ஆகவே, வாருங்கள், அன்னையின் அழைப்பைக் கேளுங்கள், ஏற்கெனவே உங்கள் உள்ளத்தினுள் உறையும் அவள் வெளிப்படக் காத்திருக்கிறாள். நம்முள்ளத்தில் உறையும் ஆண்டவன் தாமசிகத்தால் மறைக்கப்பட்டிருப்பதால்

அவன் செயலற்றுள்ளான்; அவன் செயலற்றிருப்பதால் அவள் மனங் கலங்குகிறாள். அவள் குழந்தைகள் அவள் உதவியைக் கோரி அழைக்காததால் அவள் துயருறுகிறாள். உங்களுக்குள்ளே அவளது உணர்ச்சியை உணரும் நீங்கள், உங்களை மறைக்கும் கடுமையான மாயத்திரையை விலக்கி அறிந்தும், சோம்பல் என்னும் சிறையின் சுவர்களை உடைத்தும், சக்தியானுசாரம் உங்கள் உடல் உயிர் மனத்தாலும், உங்கள் மொழியாலும், செல்வத்தாலும் பிரார்த்தனையாலும் வழிபாட்டாலும் அவளுக்கு உதவியாக நில்லுங்கள். பின்வாங்காதீர்கள்! ஏனெனில், அவள் அழைத்தும் கேளாதவர்களின்பால் வெளிப்படுகையில் அவள் சினமுறுவாள். அவள் வருகைக்குச் சொற்பமேனும் உதவியவர்கள் பால் அவளது இனிய முகம் அழகுடனும் அன்புடனும் சோபையுறும்.

இங்ஙனமாகவே அவர் இந்தியா எனும் பொதுக் கருத்தைத் தாயென நம் உள்ளத்தில் நுழையுமாறு வலியுறுத்திக் கூறியிருக்கிறார். வரப் போகும் மாதங்களில், **வந்தே மாதரம்** என்ற கோஷம் இந்தியாவில் பிரிட்டிஷ் பேரரசின் அஸ்திவாரத்தை ஒரு குலுக்கு குலுக்கி விடப் போகிறதைக் காண்போம்.

**பவானி மந்திரம்**, தாய் தன் குழந்தைகள் பெரிதும் செயலற்றுச் சோம்பிக் கிடந்ததனால் அதன் அழுத்தத்தைப் பொறுக்க மாட்டாமல் பெருமூச்சுவிட்டுக் கொண்டு இருந்தாளென மக்களுக்கு நினைவுறுத்துவதையே தன் நோக்கமாகக் கொண்டதாகும். அப்படி யெனில் பழங்காலத்தில் போல ஒளி வீசிட மகாத்மாக்கள் இனியும் இப்புனித நாட்டில் பிறக்கவில்லையெனக் கருதிவிடலாகாது. நாடு அவர்களால் பயனடையும் நிலையில் இருந்தாலும் சரி, இராவிடினுஞ் சரி, அவர்கள் தோன்றிக் கொண்டுதான் இருந்தனர். பங்கிம் சந்திரர் அத்தகையதொரு மகாத்மா ஆவர். பரோடாவில் இருந்துவருகையிலேயே அவரைப்பற்றி ஸ்ரீ அரவிந்தர் **இந்து பிரகாஷ்** பத்திரிகையில் எழுதியுள்ளார். (அவரைப்பற்றி ஒரு கவிதையும் பாடியிருக்கிறார். 1907ஆம் ஆண்டு "வந்தே மாதரம்" பத்திரிகையிலும் புகழுரை அளித்திருக்கிறார்):

இப் பழம்பெரு நாட்டின் பண்டைப் பெருமைகள் அழிந்ததைக் குறித்துப் பிரலாபிக்கும் பலர், இறைவனருளால் உயர் சிந்தனைகளையும் நாகரிகத்தையும் படைத்த புராதன

*ரிஷிகள் கிருத யுகத்தில் மட்டும் தோன்றிய அற்புதங்கள் எனவும், துன்பம் நிறைந்த இக்காலத்தில், சீர்கெட்ட மக்களிடையே மீண்டும் அவர்கள் தோன்றுவது அரிது எனவும் எண்ணுவாராயினர். இது தவறு, மும்முறையும் தவறு, நம் நாடு சனாதன நாடு; நம் மக்கள் சனாதன மக்கள்; நம் மதம் சனாதன மதம், அவற்றின் பலமும், பெருமையும், தூய்மையும் மழுங்கிடினும், ஒரு நிமிஷமேனும் அடியோடு அழிவுறா. வீரனும், முனிவனும், பக்தனும், நம் இந்திய பூமியில் இயற்கையாகவே மலர்ந்து கனிந்தவர்கள்; அவர்கள் உதித்திராத காலமே கிடையாது. நவ பாரதத்தை உண்டாக்கிப் புத்துயிரளித்து வருகின்ற* வந்தே மாதரம் *என்னும் திரு மந்திரத்தை ஈந்த பெரியாரின் நாமத்தையும் பிற்காலம் தோன்றிய ரிஷிகளின் வரிசையில் சேர்க்க வேண்டுமென நாம் கடைசியாகத் தெரிந்து கொண்டோம்.*

ஸ்ரீ அரவிந்தர் கல்கத்தாவுக்கு வந்த உடனேயே, வேறொரு வகையினத்தைச் சார்ந்த ஒரு மகாபுருஷரான பாஜி பிரபுவைப் பற்றிக் கவிதையொன்று எழுதினார். பாஜி பிரபு சிவாஜியின் பின்னடைவை மறைக்க, ஒரு மலக் கணவாயை, தம் சிறு படையைக் கொண்டு பகைவனின் பன்னிரண்டாயிரம் வீரர்களை எதிர்த்து நின்று கைவிடாமல் வைத்திருந்தார். தம் அருஞ்செயல்களால் மயங்கிய நாட்டவர்க்குப் பல காலம் கழித்து பாஜி பிரபு மேலிருந்து சொல்லுவதைப் போல அமைத்து ஸ்ரீ அரவிந்தர் பாடியிருப்பதாவது:

*"உங்கள் உள்ளத்தை இரும்பைப்போல கெட்டிப் படுத்துங்கள், அன்னை பவானி மட்டும் திருவுள்ளக் கருத்துக் கொண்டால், உங்கள் தோள்பலமும் வாளும் நம் சமுதாயம் வீழ்ச்சியடையாமல் வருங்காலம் பாதுகாக்கப்படும்."*

அகவல் நடையில் இயற்றப்பட்ட இந்நீண்ட கவிதை நிலவர்ணனையுடனும், சுவையுள்ள இந்நிகழ்ச்சிக்குப் புறப் புலனாக அமைந்த கால நிலை வர்ணனையுடனும் ஆரம்பிக்கிறது:

*"கொடுமைப்படுத்தும் சுடுவெயில் வெக்கையுடன் தக்காணத்து நண்பகல் இப்புவியின்மீது கொடுங்கோல் செலுத்துகிறது. அதீத வெப்பத்தினால் இந்நிலவுலகுக்கு அடுத்து வளிமண்டலத்தில் ஏற்படும் மங்கலில் குன்றுகள் ஆழ்ந்துள்ளன. தாங்க முடியாத வெப்பத்தாலும் புழுக்கத்தா*

லும் வயல்கள் கண்கூசும் ஒளியில் பளபளத்தன. நீரோட்டமின்றிப் பட்டுப்போன சிற்றாறுகள் செல்லும் வழிகள் முற்றும் உலர்ந்தும் நீருக்காக வானை நோக்கியும் கிடக்கின்றன."

பாஜி பிரபுவின் இச்சிறப்பு வாய்ந்த தியாகம், தரிசு நிலையிலுள்ள இப் பாழ்ப் பரப்பில் கொட்டுக் கொட்டெனக் கொட்டும் பெரு மழையைவிட பெருநலம் செய்யவில்லையா? பாரத பூமியின் நீண்ட நிலப் பரப்பும் வேறுவிதமானதொரு கொடுங்கோலனின் அச்சப் பார்வையால் வருந்தவில்லையா? அதுவும் பல பாஜி பிரபுக்களின் ஒரு குழு திடுமெனக் கிளம்புவதை எதிர்பார்க்கக் கூடாதா?

ஸ்ரீ அரவிந்தர் தம் **விதுலை** என்னும் கவிதையில் மகாபாரதக் கதையொன்று புதியதொரு சிறப்பை மேற்கொள்ளுமாறு செய்தார்.

பகை மன்னனொருவனால் அரசுரிமையிலிருந்து தள்ளப்பட்ட இளவரசன் சஞ்சயன் அதைரியப்பட்டான். அவன் உள்ளம் சோர்ந்தது; ஊக்கம் கெட்டது. ராஜ்ஜியம் மீட்கப்படும் வரையில் அல்லது குறைந்தபட்சம் தான் மடியும்வரையில் தொடர்ந்து போராடுவதே அவனது தருமமாகும். ஆயினும் அத்தருமத்தை மறந்துவிடவும் அவன் தயாரானான். தன் தலைவிதிக்குப் பணிந்து சாமானியக் குடிமகனின் வாழ்க்கையை மேற்கொள்ளவே விரும்பினான். ஆனால் அதிருஷ்டவசமாக, அவனுக்கொரு தாயார் இருந்தாள். அவள் உள்ளத்தில் ஆர்வக்கனல் பற்றி எரிந்தது.

'மகனே' என்றாள் அவள், உன் தாயின் உள்ளத்தைக் களிக்கச் செய்ய நீ என் மகனாக இருக்க மாட்டாயா? இதைக் கேள், உன் பகைவர் ஏளனஞ் செய்து கொண்டே உன் மீது வெற்றியடை கின்றனர். ஆயினும், உயிர் வாழ்வது ஒன்றே உன் விருப்பம். நீ உன் வீரத் தகப்பன் ஈன்ற மகனில்லை; நானும் என் வயிற்றில் உன்னைப் பெற்றெடுக்கவில்லை. அற்ப ஆன்மாக்களின் ஏதோ ஓருலகினின்று திருடராலோ குறும்புத்தேவர்களாலோ குறிப் பின்றி எடுக்கப்பட்டு மாற்றப் பட்டவனே நீ!...

போரிடப் போர்க்களஞ் செல், உன் மானிடப்பணி செய், உன் சீரிய முயற்சியில் தடுமாறாதே. இங்ஙனமாகவே ஒருவன், தன் கடவுள் முன்கடன் தீர்ந்தவன் என்றும் பொறுப்பிலிருந்து விடுவிக்கப்பட்டவன் என்றும் அறிவிக்கப்படுகிறான். சஞ்சயா, சஞ்சயா, உன் ஆர்வக்கனல் வெறும் புகையாகப் புகைந்து வீணாகுமாறு செய்யாதே! கடும்பசியினால் வாடி இளைத்த

சிங்கம் தன் இரையின்மீது துள்ளிப் பாய்வதைப் போல உன் பகைவர்மீது மூர்க்கமாகவும் கடுமையாகவும் துள்ளிக் குதித்துப் பேரழிவு செய்வாயாக! தோற்கடிக்கப்பட்ட வெற்றியாளர்களை புயல்போலச் சுழற்றியடித்துப் பிணக் குவியல் மீது பாய்ந்து செல்வாயாக... உயரிய குடிமகனுக்குரிய செயலினின்று அச்சத்தால் பின்வாங்காதே, இயல்புக்கு ஒவ்வாததொரு செயலைச் செய்யத் தலையைத் தாழ்த்தாதே. உடலைக் கூனிக் குறுகுவோர் அடிமைப் புத்தியுடையவர். அவர்கள் வானுலகின் கதவுகளைக் கூட எட்டுவதில்லை. இம் மண்ணுலகிலும் யாதொரு வெற்றியும் அடைவதில்லை. பயங்கரப் போரில் பகைவனின் பிடியிலிருந்து மிகக் கடினமான வெற்றியைப் பிடுங்கி விடுவாயானால், அப்போதே நீ என் வயிற்றில் பிறந்த மகன் என்றறிந்து, என் உண்மையான மகன் என்றே நான் உன் மீது அன்பு செலுத்துவேன்.

சஞ்சயன் போன்று விளங்கும் தன் குழந்தைகளுக்கு அன்னை இந்தியா விடுத்த அழைப்பு அதுதானோ?

**பவானி மந்திரத்தில்,** ஸ்ரீ அரவிந்தர், பாரத நாட்டில் அன்னை வெளிப்படுவதற்கு மக்கள் நிறைவேற்றவேண்டிய நிபந்தனையைக் கூறினால் **விதுலையில்** அவர் தீரமும் லட்சியமும் மிகுந்ததாய் தன் குழந்தைகளிடமிருந்து எதிர்பார்ப்பதென்ன என்பதைக் கூறுகிறார். ஆனால் **துர்க்கை ஸ்தோத்திரத்தில்** அன்னையின் அருளைப் பெறுவதற்கு அவளைத் தொழுது வேண்டிச் சொல்லவேண்டிய மந்திரத்தை கூறுகிறார். ஆர்வத்துடன் துடிக்கும் அது அன்னையின் பாதுகாப்பைப் பெறுவதற்கான உறுதியான பாதையைத் தோத்திரம் காட்டுகிறது. இப்பாட்டும் முற்றும் சரணடையும் ஒரு பாட்டே யாகும்.

துர்க்கைத் தாயே! சிம்ம வாகினி, திரிசூலி, அழகிய உடலில் கவசம்பூண்ட வீரி, வெற்றி அளிப்பவளே, பாரத நாடு உன் பொருட்டு காத்திருக்கிறது. உன் அருளுருவைக் காண ஆவல் கொண்டுள்ளது. ஓ தாயே, கேள். இம்மண்ணுலகில் இறங்கி வா, அவதரி. இவ்விந்திய நாட்டில் உன்னை வெளிப்படுத்திக் கொள்.

துர்க்கைத் தாயே! சக்தி அளிப்போய், அன்பும், ஞானமும் வழங்குவோய். உன் சொந்த வலிமையில் பொலியும் நீ பயங்கரமாக இருக்கிறாய். அழகு நிறைந்த நீ, கோர சொரூபியாகவும் உள்ளாய்.

வாழ்க்கைப் போரில், பாரத நாட்டின் போரில், உன்னாலேயே நியமிக்கப்பட்ட போர்வீரர்கள் நாங்கள். அன்னாய், எங்கள் உள்ளத்திற்கும் மனத்திற்கும் அசுர சக்தி அளிப்பாயாக. எங்கள் ஆன்மாவிலும் அறிவிலும் தெய்வ இயல்பும் ஞானமும் அமையும்படிச் செய்வாயாக.

* * * *

## 5

## தேசியத்தின் திருநாவுரையர்

*அண்டப் புறவெளியிலிருந்து விண்வெளியில் பாயும் எரிமீன் போல் இந்திய வானில் திடுமெனத் தோற்றமெடுத்தார் மாமேதையான அரவிந்தர். அவர் தம் ஒளியின் ஜோதி பாரத நாட்டின் மீது கன்னியாகுமரி முதல் இமயம் வரையில் பெருவெள்ளமாகப் பெருக்கெடுத்துப் பரவியது.*

-டாக்டர் பட்டாபி சீதாராமையா

இந்திய தேசீய காங்கிரஸின் வரலாறு

1905ஆம் ஆண்டு நவம்பர் மாதம் 9ஆம் தேதியன்று கல்கத்தாவில் பண்டிர் மடத்தில் மிகப் பெரியதொரு கூட்டம் திரண்டது. அங்கே செல்வமிக்கவரும் தெய்விக உள்ளூக்கம் பெற்றவருமான சுபோத மல்லிக் தேசியக்கலாசாலையொன்று அமைப்பதற்காக ஒரு லட்சம் ரூபாய் ஒதுக்கிவைத்திருப்பதாகவும், அது பிரிட்டிஷ் இந்திய அரசாங்கத்திற்கு உட்படாமல் சுதந்திரமாக இருக்குமென்றும் அறிவித்தார்.

கூட்டத்தினர் ஒரே குரலில் மல்லிக்கை 'ராஜா' வெனக் கவனத்தைக் கவரும்படிக் கூவியழைத்தனர். அப்பட்டப் பெயர் சுபோத மல்லிக்கின் பெயருக்கு முன் இடப்படும் அடைமொழியாக நிரந்தர மாக விளங்கியது.

சுபோத மல்லிக் போட்ட நிபந்தனை மிகவும் வரவேற்கத் தக்கதொன்று; அதுவரையில் பரோடா ஊழியத்திலிருந்து வந்த ஸ்ரீ அரவிந்தர் குறிக்கொண்ட நிறுவனத்தை உருவாக்கக் கல்கத்தாவுக்கு வந்துவிடுமாறு கேட்டுக் கொள்ளப்பட வேண்டும்.

வேண்டுகோள் ஏற்றபடி விடுக்கப்பட்டது. அதற்கு இணங்கிய ஸ்ரீ அரவிந்தர், பரோடா கலாசாலையின் உப-தலைவர் பதவியை ராஜிநாமா செய்துவிட்டுக் கல்கத்தா வந்து 1906இல் அரசியல் அரங்கில் வெளிப்படையாகக் கலந்துகொண்டார்.

அதே ஆண்டு புகழ்பெற்ற தேசபக்தரான விபின்சந்திரபால் தாம் ஆரம்பித்து நடத்தும் **வந்தேமாதரம்** பத்திரிகைக்கு உதவியாக இருக்கும்படி அவரை அழைத்தார். ஸ்ரீ அரவிந்தர் மேன்மேலும் உதவி செய்யவே, அப்போது **ஸ்டேட்ஸ்மேன்** பத்திரிகையின் ஆசிரியராக இருந்த திரு. ராட்கிளிஃப்னின் சொற்களில் வந்தே மாதரம் பத்திரிகை இந்தியப் புரட்சியின் முன்னறிவிப்பாக விளங்கியது; "ஆங்கில மொழியில் பளபளப்பாகவும் காரமாகவும் உறைப்பாகவும் எழுதப்பட்ட தலையங்கங்களும் சிறப்புக் கட்டுரைகளும் அதில் நிரம்ப இருந்தன. இந்தியப் பத்திரிகைகளில் இது காறும் இத்தகைய எழுத்துக்கள் வெளிவந்ததேயில்லை. அதிதீ-விர தேசிய வாதம் எனக் கூறப்பட்டதன் மிகச் சக்திவாய்ந்த குரல் அதனுடையது."

ஸ்ரீ அரவிந்தர் 1906ஆம் ஆண்டு ஆகஸ்ட் மாதத்தில் கல்கத்தா தேசியக்கலாசாலையின் தலைமையாசிரியரின் பதவியை ஏற்றார். ஆனால் **வந்தே மாதரம்** பத்திரிகைக்கு செழிப்பாக வளர்ச்சியடைந்து வந்த தேசியக் கட்சிக்கும் ஆற்ற வேண்டியிருந்த பணி மிகப் பளுவாக இருக்கவே, கல்வித்துறையில் நீண்டகாலம் சேவை செய்ய முடியவில்லை. சீக்கிரத்தில் அதை ராஜிநாமா செய்தார்.

அடிக்கடி கூட்டப்பட்ட பிரமாண்டமான பொதுக் கூட்டங்களிலும் **வந்தேமாதரம்** ஏடுகளிலும் ஸ்ரீ அரவிந்தர், பிரிட்டிஷ் ஆட்சி தொடர்ந்து நடப்பதை அசாத்தியமாக்கும் ஒரு உருப்படியான திட்டத்தை அருமுயற்சியுடன் பிரிவு பிரிவாக வகுத்துத் தந்தார். சுதேசத் தொழில்களின் முன்னேற்றத்திற்கான ஆக்க முயற்சிகள், தேசியக் கல்வி, அரசாங்க ஸ்தாபனங்கள் யாவற்றையும் ஒதுக்குதல், அவற்றுடன் ஒத்துழையாதிருத்தல், ராணுவ முறையில் தொண்டர் படை அமைத்தல், சற்றேறக்குறைய, இவையே திட்டத்தில் அடங்கியிருந்தன. (விடுதலைக்காக நாடு செய்த போராட்டமும் இறுதியில் அது அடைந்த சுதந்திரமும் நாற்பதாண்டுகள் பிடித்தன. உருவமைப்பு எத்தகையதாக இருப்பினும், போராட்டத்திற்குப் பின்புறமாக, நம் குறிக்கோளை அடையும் வரையிலும், இவையே முக்கியமான கருத்துக்களாகத் தொடர்ந்து இருந்தன என்பதைப் போராட்ட கால வரலாறு காட்டுகிறது. நாட்டை அன்னையென அவர் அழுத்தமாகக் கூறியதும் முழுச் சுதந்திரமே பாரத தேசிய விழிப்பின் குறிக்கோள் என வெளிப்படையாகவும் ஒளிவுமறைவின்றியும்

கூறியதும் இளைய பாரதத்தின் மனத்தில் உணர்ச்சி அதிர்வின் அலைகளைப் பரப்பித் தாக்கின.

ஸ்ரீ அரவிந்தர் பத்திரிகைகளில் எழுதிவந்த எழுத்துக்கள் சுதந்திர முழக்கம் செய்துவந்ததோடு நின்றுவிடாமல் விவாதப் பொருள்களை கலையுருப்படுத்தியும் நடையைச் சிறப்பித்தும் காட்டி ஒரு புதிய சுதந்திர உயிர்த் துடிப்பையும் எழுப்பினார். எத்தகைய சுதந்திரம் இது? முதலாவது, தடைக் கட்டுகளினின்று விடுதலை, நீடித்த பழக்கம் அல்லது பயிற்சி காரணமாக செயல், அவைகளைச் செயற்படுத்தக் கூடாதெனத் தடைசெய்தல் ஒரு தடைக்கட்டு, அத்தடைக் கட்டிலிருந்து நாம் விடுதலையடைய வேண்டும். அயலரசின் ஆதிக்கம் நம் நாட்டிற்கு நலன்கள் பல செய்துள்ளது என்ற பலமான பிரசாரத்தின் மூலம் உண்டாக்கிய மூட நம்பிக்கைகளினின்று விடுதலையடைவதும், நாடு தன் சொந்தப் பலவீனத்தினாலேயே துன்புறுகிறது என்ற மிகைப்பட எண்ணமும் இதர தடைக் கட்டுகள்- இவற்றினின்றும் நாம் விடுதலையடைய வேண்டும். இத்தகைய புதிய சுதந்திரத்தையே அவர் வலியுறுத்தி வந்தார். 1907ஆம் ஆண்டு ஜூலை மாதம் 17ஆம் தேதியன்று வந்தே மாத்ரம் வெளியிட்ட கட்டுரையொன்றிலிருந்து கீழ்க்கண்ட பகுதியொன்று வருமாறு:

இந்திய மக்களின் தொழில்களும், சமூக ஸ்தாபனங்களும் முற்றும் தம்மைப் புதுப்பித்துக் கொள்வதற்கும், செப்பனிட்டுக் கொள்வதற்கும் முன்னதாக, ஜனநாயக முறையில் அரசியல் முன்னேற்றமடையத் தகுதியடைவது முடியாத காரியம் என ஆங்கிலோ-இந்தியர்களின் போலியான, பகட்டான வெற்றுரையை விட மிகவும் நடையாடத்தக்க உரையொன்றைக் கற்பனை செய்து பார்ப்பதும் கடினமானதாக இருக்கும். "நல்வாழ்வு வாழும் மேலைநாடுகளை நகல் செய்ய எண்ணுமுன் முதலில் உங்கள் நாட்டினருக்கு உண்டியும் உடையும் அளியுங்கள்" என்பான் ஒரு போலி மேதை. "அரசியல் ஜனநாயகத்தை அமைக்க எண்ணுமுன் உங்கள் சமூகத்தை ஜனநாயக ரீதியில் அமைக்கவும்" என்பான் மற்றொரு மேதை. மக்கள் அரசாங்கத்தை உடைய அந்நாடுகள் யாவும் செல்வமும் சமூக சமத்துவமும் உடையனவாக உள்ளன. ஜனநாயகத்தில் ஆர்வங்கொள்ளும் முன் இந்தியாவும் இவற்றை உடையதாக இருக்க வேண்டாமா? தவற முடியாத நிலையிலுள்ள ஆங்கிலோ-இந்தியரின் தர்க்க வாதம் இங்ஙனம் செல்கிறது.

காரண காரியத்தொடர்பே இல்லாத இந்த வாதம் தாக்குவதாக இருப்பினும் வேடிக்கையாகவே உள்ளது. நாட்டின் சமூக, தொழில், அரசியல் முன்னேற்றம் தொடர் வரிசையில் ஏற்படுவது என நம் நாட்டினர் பலர் மதிமயக்கங்கொள்வது துரதிருஷ்டமேயாகும். பாரத நாடு வறுமையால் முடமாக்கப்பட்டும், பிளேக் நோய்ப்பட்டும், சதாகாலமும் பஞ்சத்தின் பிடியில் அகப்பட்டுக்கொண்டும், ஒன்றுக் கொன்று முரண்பட்ட சமய நம்பிக்கைகள், ஒன்றோடொன்று போட்டியிடும் இனங்கள், சாதிப் பிரிவினைகள், ஆன்மாவைக் கொல்லும் மூட நம்பிக்கைகள் ஆகியவற்றால் பீடிக்கப்பட்டும் உள்ளது. இந்த சகிக்க முடியாத வாழ்விலிருந்து மேலே உயர விடாமல் இருக்கும் இந்நிலையில் அரசியல் அபிவிருத்தி பற்றிப் பேசுவதில் ஒரு முரண்பாடு இல்லையா என அவர்கள் கூக்குரலிடுவர்."

வந்தேமாதரத்தின் இயலெளிமையும் ஆற்றலும் வாய்ந்த உரை நடையை வாசகர் வியந்தனர். அதைப் பகைத்தவரும் பாராட்டினர். அரசியல் விஷயங்களைப் பற்றி மட்டுமே அது விவாதிக்கவில்லை; இந்தியப் பண்பாடு, பாரம்பரியம் ஆகியவற்றின் பல்வேறு முகக் கூறுகளையும் அதன் பக்திகள் மூலம் ஒளிவிளக்கம் செய்தார் ஸ்ரீஅரவிந்தர். அவர் அதில் சமூகப் பிரச்னைகளை விவாதிக்கையில், விவாதத்திற்குட்பட்ட பொருள்களின் மூலாம்சங்களை நுண்ணறிவுத் திறனுடன் வெளிப்படுத்தினார்.

சாதி முறையின் தீமை பற்றி வந்தே மாதரம் 1907 செப்டம்பர் 29ஆம் தேதி இதழில் அவர் தம் கருத்தை இங்ஙனமாக அறிவித்திருக்கிறார்:

சாதிமுறையைப்பற்றி ஸ்ரீ பாலகங்காதர திலகர் தம் கருத்தைத் திட்டமாகவும் அதிகாரபூர்வமாகவும் அறிவித்திருக்கிறார் என வங்காளி பத்திரிகை தெரிவிக்கிறது. 'சமூகத்தின் ஏற்றத் தாழ்வு நிலை' என்னும் கருத்து இன்று பெருவழக்காக இருக்கிறது; இது பெருந்தீமையை விளைவித்து வருகிறது என்கிறார் தக்காணத்துத் தேசியத் தலைவர். மெய்யுறுதிப்பாடுடைய ஓர் இந்துவும், நேர்மையான தேசியத் தலைவருமான திலகரிடமிருந்து வரும் இவ்வறிவிப்பு இயல்பானதேயாகும். ஆதி சாதி முறையின் சீர் கெட்ட நெறி பிறழ்வுகளின் உள்ளீடாயுள்ள கீழ்நிலைப்பட்ட கருத்துக்கள்; அவற்றைச் சாதியின் அபத்தமான அடிப்படையின்மீது

எழுப்பும் மனோநிலை, பிறப்பு தற்செயலானதாயினும், அதன் உயர்வு தெய்வத்தாலேயே நியமிக்கப்பட்டதைச் செருக்கும் இறுமாப்பும் கொள்வது, ஏற்றத் தாழ்வின் நிலைப்பாடு, இவை யாவும் ஒவ்வொரு தனி உயிரிலும் வேறுபாடற்றதும் பிரிக்க முடியாததுமான, ஒரே இறைமையைக் காணும் இந்து சமயத்தின் அடிப்படையான உயிர்நாடிக்கும் உயரிய போதனைக்கும் முரண்பட்டனவாம். ஒரு சமுதாயத்தில் தெய்விக ஒற்றுமையைச் சுயானுபூதியாக அடைவதற்கான உணர்ச்சிமிக்க ஆரவமே தேசியம். அந்தத் தெய்விக ஒற்றுமையில் உள்ளடங்கிய தனி நபர்கள் எவ்வளவு வேறுபட்டவராயினும், தம் சமூக, அரசியல், பொருளாதாரச் செயல்களில், தம் நபர்கள் எவ்வளவு ஏற்றத்தாழ்வுகள் இருப்பினும் உண்மையில் மூலாம்சத்தில், ஒன்றே, சரிசமமானவையே. பாரதம் உலகின்முன் வைத்துக் காட்டும் தேசியம் எனும் கருத்தில், மனிதனுக்கும் மனிதனுக்கும், சாதிக்கும் சாதிக்கும், வகுப்புக்கும் வகுப்புக்கும் இடையே இன்றியமையாததொரு சமத்துவம் இயங்கும், ஸ்ரீமான் திலகர் எடுத்துக் காட்டியபடி, வேறு பட்டனவராயினும், சமுதாயத்தில் உள்ளனுபவமாக உணரப்பட்ட விராட்புருஷனின் சரிசமமான ஒன்றுபட்ட பகுதிகளேயாம். நம் நாட்டின் சமய, மெய்ஞ் ஞானத் தத்துவத்தின் இந்தக் குறிக்கோளைத் தான் நம் சமயம் இடைவிடாமல் போதித்து வருகின்றது. இந்திய தேசியவாதியின் பணி, இந்தக் குறிக்கோளை நம் நாட்டவர் ஒவ்வொருவருக்கும் மனத்தில் பதியவைப்பதேயாம்; ஏகாதிபத்திய ஆட்சி இந்த இன்றியமையாத சம நிலையை அரசியலில் மறுப்பதால், அதை நாம் சகிக்கமாட்டோம், சாதி இக்காலத்தில் உருத்திரிபு அடைந்துள்ளதை ஆட்சேபிக்கிறோம். ஏனெனில், சமூகத்தில் அதே இன்றியமையாத சமதையை அது மழுப்பதனாலேயாம். சமுதாயத்தை அரசியலில் ஒரு ஜனநாயக ஒருமையாகத் திரும்ப மாற்றியமைக்க வேண்டும் என்று வற்புறுத்தி வருகையில் மாற்றியமைக்க வேண்டும் என்றும், அதே கொள்கை சமூக விஷயங்களிலும் வற்புறுத்தப்பட வேண்டும் என்பதை ஏற்கிறோம். அதன் செயற்பாட்டை அரசியல் எல்லைக்குள் நிறுத்திக்கொள்ள வேண்டும் என நாம் விரும்புவதாக நம் எதிரிகள் கற்பனை செய்தாலும் நம் முயற்சிகள் பயனற்றுவிடும். ஏனெனில், கொளகையானது ஒரு தடவை அரசியலில் நிறை வேறி விட்டால், அது சமூக விஷயங்களிலும் இன்றியமையாது

தன்னை வற்புறுத்திக்கொள்ளும். இன விஷயங்களிலேனும் சரி, பரம்பரை விஷயங்களிலேனும் சரி, தான் காணும் கனவு வருங்காலத் திட்டத்தில் எத்தகைய ஏகபோகமும் இடம் பெறாது.

பிரச்சனைகள் யாவும் தேசியத்தின் விரிவான அமைப்பில் கருதப்பட்டன. தேசியத்தைப் பொறுத்தமட்டில் அதன் பொதுக் கருத்து எத்தகைய சந்தர்ப்பவாதத்திற்கும் சமாதான முயற்சிக்கும் இடந்தராமல் அப்பாற்பட்டிருந்தது.

நம் உண்மையான தேசிய ஒற்றுமையானது நாட்டுக்குத் தன்னைச் சமர்ப்பணம் செய்துகொள்ளும் ஒற்றுமையில்தான் உள்ளது. சுதந்திரமும் தாய்நாட்டின் பெருமையுமே பிரதான நோக்கமாகும். பிற யாவும் அதற்கு அடங்கியனவாகவே இருத்தல் வேண்டும். இந்நேரத்தில் இந்தியாவில் ஒன்றையொன்று எதிர்த்துநிற்கும் மூன்று லட்சியங்கள் உள்ளன. ஒரு கட்சியினர் பிரிட்டிஷாரின் மேம்பட்ட நிலையை நிலைநிறுத்துவதே மற்றெல்லா நோக்கங்களையும்விட மேலானது என்பர். வேறொரு கட்சியினர் அந்த ஆதிக்க நிலையைச் சிறிது மாற்றப்பட்ட உருவில் நிலைநிறுத்த எண்ணுவர். மூன்றாவது கட்சியினர் இந்தியாவை ஒரு சுதந்திர, தன்னாட்சியுரிமையுடையதொரு சமுதாயமாக்க விரும்புவர். ஆனால் அது இங்கிலாந்துடன் தொடர்பு கொண்டிருக்கலாமாயினும், அதற்குக் கீழ்ப்படிந்த நிலையில் இருத்தலாகாது என்பர். ஒன்றுக்கொன்று நேர் எதிராகவுள்ள இந்த லட்சியங்களில் ஒன்று சமுதாயத்தின் பெரும்பான்மையோரால் ஏற்றுக்கொள்ளப்படும் வரையில், ஒற்றுமை இருப்பதுபோல் காட்டிக் கொள்வது வீணான காரியமாகும். ஒரு சிறிது மாறுதலுடன் கூடிய பிரிட்டிஷ் ஆதிக்க லட்சியமே நடப்பில் இருந்துவந்த லட்சியமாக இருந்ததால் முன்பு அது சாத்தியமாக இருந்தது. ஆனால் இப்போது புதிய நம்பிக்கைகளும் முடிவுகளும் தேசிய உணர்வில் நுழைந்து வருவதால், புத்துயிரளிக்கப்பட்ட ஒரு சமுதாயத்தின் உண்மையான ஒற்றுமையானது அடிமைத்தனத்திற்கு உடன்படுவதில் ஏற்படும் அபத்தமான ஒற்றுமையை விலக்கி அதன் (Check) இடம் கொள்ளுமுன் இந்நம்பிக்கைகளும் முடிவுகளும் மேலோங்க வேண்டும் அல்லது நசுக்கப்பட வேண்டும்.

1907ஆம் ஆண்டு அரசாங்கம் ராஜதுரோகத்தைப் பிரசாரம் செய்ததாக வந்தே மாதரம் பத்திரிகையின் மீதும் அதன் ஆசிரியரின் மீதும் குற்றஞ்சாட்டியது. அது நாடு முழுவதிலும் ஒரு பரபரப்பை உண்டாக்கியது. ரவீந்திரநாத் தாகூர் ஸ்ரீ அரவிந்தர்மீது தம் புகழ்பெற்ற கவிதையைப் பாடினார்; 'ஓ அரவிந்தா ரவீந்திரநாதன் உன்னை வணங்குகிறான்!'

வழக்கு தொடரும் அதிகாரிகள் ஸ்ரீ அரவிந்தர்தாம் ஆசிரியர் என நிலைநாட்ட முடியவில்லை. அவர் விடுதலை செய்யப்பட்டார். அவரைச் சிறைப்படுத்துவதற்கான இதர வழிகளை அரசாங்கம் ஆராய்ந்துவருகையில் சூரத் காங்கிரஸ் நடைபெற்றது. சுதேசி, பகிஷ்காரம் பற்றிய தீர்மானங்களுக்கு முழு ஆதரவு அளிக்க மறுத்ததும், மிதவாதிகளுக்கும் தேசியவாதிகளுக்கும் இடையே உயிர்த்துடிப்புள்ள கைகலப்பு ஒன்று ஏற்பட்டதும் அப்போதேயாம். காங்கிரஸ் மகாசபைக் கூட்டம் ஒத்திப்போடப்பட்டது. தேசிய வாதிகள் தனியாகக் கூடினர். அது சமயம் இந்தியாவுக்கு விஜயம் செய்திருந்த பிரிட்டிஷ் பத்திரிகையாளர் ஹென்றி நெவின்சன் குறிப்பிடுவதாவது:

"ஆழ்ந்த மனத்தினர்: மெல்லமைதி வாய்ந்தவர் யாதொன்றும் பேசாமல் மௌனமாக இருப்பவர் -இங்ஙனமாகவே ஸ்ரீ அரவிந்தர் எனக்குத் தோற்றமளித்தார். ஒரு சொல்கூடச் சொல்லாமல் - இது என் நினைவு - அவர் நாற்காலியில் அமர்ந்து அசையாமல் உட்கார்ந்தார். அவர் கண்கள் தொலைவிலுள்ள எதையோ நோக்கின. ஒருவன் வருங்காலத்தை உற்று நோக்குவதைப்போல், சொற்களைப் பொழியும் ஆற்றலோ தீவிர உணர்ச்சியோ இன்றித் தெளிவான குறுகிய வாக்கியங்களில் திலகர் பேசினார். வானில் விண்மீன்கள் பிரகாசிக்க ஆரம்பித்து, எவரேனும் ஒருவர் அவர் பக்கத்தில் லாந்தர் விளக்கொன்று ஏற்றி வைக்கிற வரையில் அவர் பேசினார்."

இந்திய அரசியல் புதியதொரு கட்டத்திற்குள் நுழைந்து வருகிறது என்பதைச் சூரத் காங்கிரஸ் தெளிவாக்கியது. அயல் ஆட்சிக்கு விண்ணப்பம் செய்து அதைக் கெஞ்சிக் கேட்டுவந்த காலம் விரைவில் முடிந்து வந்தது. திலகருக்கும் ஸ்ரீ அரவிந்தருக்கும் இந்திய மக்கள் அளித்த ஆதரவு, சிறப்பாக, இந்திய இளைஞர்கள் ஸ்ரீ அரவிந்தருக்கு அளித்த ஆதரவு, வியப்புக்குரியதாக இருந்தது. சிறிது, பின், அலிபூர் வழக்கு விசாரணையின்போது வழக்குத் தொடர்ந்த வழக்கறிஞர் திரு. நார்ட்டன் மிகுந்த வேதனையுடன்

முறையிட்டதாவது: "அரவிந்தர் சென்றவிடமெல்லாம் மன்னருக்குரிய பயபக்தியுடன் வணங்கப்பட்டார்."

இதுசமயம் சுயராச்சிய லட்சியம் பற்றி வந்தே மாதரம் எழுதியிருந்த வசனங்கள் மிக அழுத்தமாகவும் அஞ்சாநெஞ்சம் வாய்ந்தனவாகவும் விளங்கின:

> ஒரு விஷயத்தைப்பற்றி மட்டும் நாங்கள் நிச்சயமாக, உறுதியாக இருக்கிறோம். தண்ணீரில் விழுந்தவர்களை மிதக்க வைக்கும் கச்சையாக நாம் அணியும் பொருள் ஒன்று, நம் நாட்டில் வந்து கொண்டிருக்கும் குழப்பம் எனும் பேரலைகள் மீது நம்மை மிதக்க வைக்கும். குறிக்கொண்ட கருத்துடைய ஆண்டவன் ஒருவன் உள்ளான். தான் விரும்பாததை உதறித் தள்ளும் ஆற்றலுடையவன் அவன். அவனே பாரதநாட்டை இறப்பிலிருந்து மீண்டுமொரு தடவை எழுப்பி உயர்த்தி வருகிறான். அவனிடம் உறுதியானதும் மாற்ற முடியாததுமான நம்பிக்கை உளது. பாரதத்தாயின் பண்டை வாழ்க்கையையும் சிறப்பையும் புதுப்பிப்பதன் பொருட்டு போராட வேண்டும் என்ற உறுதியானதும் மாற்ற முடியாததுமான உட் கருத்தும் மனத்திற்கொண்ட செயல் திட்டமும் உண்டு. இவையே நம்மை மூழ்க விடாமல் பாதுகாக்கும் கச்சை. சுயராஜ்ஜியமே இக்கச்சை. சுயராஜ்ஜியமே நமக்கு வழிகாட்டி நம்மை இட்டுச் செல்வது. அதுவே வழிகாட்டும் விண்மீன். மனத்தானதொரு சமூகப் புரட்சி இன்றியமையாததாயின், அதற்குக் காரணம், இனியும் பழைய, மாற்ற முடியாத பாரதான்மாவை வெளிப்படுத்தாத புறவடிவங்களுக்குக் கட்டுப்பட்ட ஒரு சமுதாயத்தால் சுயராஜ்ஜிய லட்சியம் நிறைவேற்றப்பட முடியாது என்பதேயாம். அவளுடைய அழகு மீண்டும் அணிகலன்களோடு பொலியும் பொருட்டு அவள் பழங் காலத்திய கந்தை கூழிசல்களை மாற்றிவிட வேண்டும். அவளது ஆன்மா புதிதாக வெளிப்படும் பொருட்டு அவள் தன் உடலின் தோற்றத்தையும் மாற்றிவிட வேண்டும்.*

---

* வந்தே மாதரம் பத்திரிகையிலிருந்து மீண்டும் வெளியிடப்படும் கட்டுரைப் பகுதிகள் யாவும் ஸ்ரீ அரவிந்தர் எழுதிய கட்டுரைகளி லிருந்து பிரித்து எடுக்கப்பட்டனவேயாகும்.

கொஞ்ச காலம் தேசியவாதிகளுக்கு எதிராக போலீசார் மேற்கொண்ட அடக்குமுறைகள் பேய்த்தனமான, கொடிய அளவுடையனவாக இருந்து வந்தன. 'வந்தே மாதரம்' என்ற முழக்கத்தை உரக்கக் கத்தினால் போதும், கோஷமிட்டவர் மிருகத்தனமாக பிரம்பால் அடிக்கப்பட்டனர். ஸ்ரீ அரவிந்தர் இதன் விளைவை முன்னறிந்து, தேசியவாதிகளின் பொங்கெழுச்சியை முளையிலேயே கிள்ளி எறிந்துவிடக்கூடும் எனக் கனவு காண்பது எவ்வளவு சிறுபிள்ளைத் தனமாகும் என ஆட்சியாளரிடம் சொன்னார். ஆனால் அரசாங்கம் மக்களிடையே பேரச்சம் விளைவித்து பயங்கர ஆட்சி நடத்தி நிலைகுலையச் செய்ய உறுதி கொண்டது. விரைவில் தவிர்க்க முடியாமல், பயங்கரவாதிகள் வன்முறைகளை மேற்கொண்டு பழிக்குப்பழி வாங்கினர்.

தேசியவாதத்தின் எதிரிகளெனப் பிரசித்தி பெற்ற அரசாங்க உத்தியோகஸ்தர்களை ஒழித்துக்கட்டவும், கவர்னர் சென்ற ரயில் வண்டியை அழிக்கவும் அங்கும் இங்குமாக முயற்சிகள் நடந்தன. இவை, சுதேசித் தொண்டர்களுக்கு காட்டுமிராண்டித்தனமான தண்டனை விதித்தவன் என வசைப் பெயர் எடுத்த மாஜிஸ்டிரேட் கிங்ஸ்போர்டு சென்ற சாரட்டு வண்டி எனக் கருதப்பட்ட வண்டி ஒன்றின்மீது வெடிகுண்டொன்று எறியப்பட்டதில் முடிவடைந்தது. அதன் பின்புலம் விசாரித்து வந்தபோது போலிசார் கல்கத்தாவில் மாணிக்டோலா தோட்டத்தில் புரட்சியாளர் அமைத்த நிலையத்தைக் கண்டுபிடித்தனர். அங்கே வாழ்ந்தவர் அனைவரும் "மரியாதையுடைய குடும்பங்களைச் சார்ந்த படித்த இளைஞர்கள்" என்று அவர்களுடைய அறிக்கை கூறுகின்றது.

விடியுமுன்பே நடந்த திடீர் பாய்ச்சலில் இந்த இளைஞர் தம் தலைவரான வரீந்திரனுடன் சுற்றி வளைக்கப்பட்டனர். உடன் நிகழ்வாக ஸ்ரீ அரவிந்தரும் தம் இருப்பிடத்தில் கைது செய்யப் பட்டார்.

பின் தொடர்ந்த வழக்கு விசாரணையின் கதை அலிபூர் சதி வழக்கு எனப் புகழ்பெற்றது. வழக்கு முற்றும் ஓராண்டு நடந்தது. நீதிபதி பீச்கராப்ட் கேம்பிரிட்ஜில் ஸ்ரீ அரவிந்தரின் சகமாணவர்: ஸ்ரீ அரவிந்தருக்கு அடுத்தபடியாக அவரே சிறப்பு மிகுந்த மாணவராக விளங்கினார்.

வழக்கு விசாரணை நடந்துவந்தபோது திடுமென நாடக ரீதியில் நிகழ்ச்சிகள் நடந்தன. அரசாங்கத்தின் தரப்பில் வழக்கை நடத்தி வந்த அதிகாரிகளுக்கு உதவி புரிந்துவந்த அலுவலர் இருவர் சுட்டுக் கொல்லப்பட்டனர். இந்த வழக்கில் குற்றவாளிகளில் ஒருவன் அப்புரூவர் ஆக இணங்கினான். அதாவது தன் சகாக்களுக்கு எதிராகச் சான்று கூற இணங்கினான். அவனது சாட்சியம் அதிகாரிகளுக்கு மிகவும் உதவியாயிருக்கும். இளம் புரட்சியாளர் இருவர் தாம் தூக்கிலிடப்படுவது நிச்சயமென்று அறிந்தும் அவனைச் சிறைக்குள் பட்டப் பகலில் சுட்டுக் கொன்றனர்.

ஆனால் வழக்கு விசாரணையின்போது கூச்சலும் கொடுவெறியும் பலமாக இருந்து வந்தபோதிலும், ஸ்ரீ அரவிந்தர் தொலைவில் மின்னும் விண்மீனைப்போல் பற்றற்றும் அமைதியாகவும் இருந்து வந்தார். அது பேராசிரியர் டாக்டர் கே.ஆர். ஸ்ரீ நிவாசய்யங்கார் கூறியபடி ஆசிரம வாசமாகவே இருந்தது. தனியறையில் வைக்கப் பட்டிருந்த அவருக்குச் சிறப்பு மிகுந்த ஆன்மானுபவங்கள் கிடைத்து வந்தன.

விடுதலைக்குப்பின் தம் பேர்பெற்ற உத்தரபாரா பேச்சில் விவர மாகச் சொன்னதாவது:

என்னை மற்றவரிடமிருந்து பிரித்துத் தனிப்படுத்திய சிறையை நோக்கினேன். நான் இனியும் அதன் உயர்ந்த மதில்களால் சிறைப்பட்டிருக்கவில்லை. வாசுதேவனே என்னைச் சூழ்ந்துகொண்டிருந்தான். என் சிற்றறையின் முன்பாக இருந்த மரத்தின் கிளைகளின் கீழ் நடந்தேன். ஆனால் அது எனக்கு மரமாகக் காட்சியளிக்கவில்லை. அது வாசுதேவனே, கிருஷ்ணனே என்றறிந்தேன். அவன் அங்கே நின்று கொண்டிருந்ததையும் அவன் நிழலை என் மீது படும்படிச் செய்ததையும் பார்த்தேன்- நான் நோக்கினேன். நான் பார்த்தது மாஜிஸ்டிரேட் அல்ல, வாசுதேவனே, நாராயணனே பெஞ் சில் உட்கார்ந்திருந்தான். சர்க்கார் தரப்பில் வாதத்தைத் தொடங்கிய பாரிஸ்டரைப் பார்த்தேன். நான் கண்டது அந்த வழக்கறிஞரை அல்ல; அங்கே உட்கார்ந்திருந்தது கிருஷ்ணனே; என் காதலனும் தோழனுமான அவனே உட்கார்ந்திருந்து புன்னகை செய்தான்.

ஆகவே, சிறைக்குள்ளே பிறந்த கிருஷ்ணனே இப்போது சிறைக்குள் இருந்த ஸ்ரீ அரவிந்தருக்கு தன்னை வெளிப்படுத்திக் கொண்டான்! அப்போது, ஸ்ரீ அரவிந்தர் 1939இல் எழுதியிருந்தபடியே உணர்ந்திருக்க வேண்டும்:

> இறுதியில், ஆன்மா இந்த பயங்கரமானதும் இனியதுமான உலகில் பிறப்பெடுத்ததன் பொருளைக் கண்டேன். இம் மண்ணுலகில் ஆர்வக்கனல் விண்ணுலகத்துக்கு அப்பாலும் எழுச்சிபெற்று கண்ணன் திருவடிகளை அடைய நாடுவதை உணர்ந்தேன். அமர விழிகளின் பேரழகை நான் கண்டிருக்கிறேன். வேணு காணம் பொழியும் உணர்ச்சிகளைக் கேட்டிருக்கிறேன். வியப்படையச் செய்யும் இறப்பில்லா ஆனந்தப் பரவசத்தையும், என்றுமே வெளிப்படுத்த முடியாத என் உள்ளத் துயரையும் அறிந்திருக்கிறேன். இசை மேன்மேலும் நெருங்கி வருகின்றது. விபரீதமானதோர் இன்பத்தால் உயிர் நடுங்குகிறது. தன் நாதன் தொட்டும், தழுவியும், பின் தனாவான் என நம்பி இயற்கை யாவும் மயங்கியும் தயங்கியும் சிறிது நின்று மேற் சென்றது. இந்த ஒரு கண நேரத்திற்காக பலகாலம் வாழ்ந்தன; கடைசியாக என்னில் நிறைவேற்றம் அடைந்த உலகம் இன்று ஜீவனுடன் துடிக்கிறது.

சிறைக்குள் இருந்தபோது, சிறப்புமிக்க, சுதந்திரம், துணிவான செயல் ஆகியவை பற்றிய கீதம் ஒ்ன்றைப் பாடினார். அதை முழுதும் எடுத்தாள வேண்டுமென்னும் அவாவைத் தடுக்க முடியாததால் முழுவதையும் வெளியிடுகிறோம்.

### அழைப்பு

> காற்றும் குளிர்வாடையும் சுற்றிலும் புடைக்க, நான் அந்தக் குன்றின் மீதேறவும் பொட்டல் பெரு வெளியில் செல்லவும், போகிறேன். என்னுடன் வருகிறவன் எவன்? என்னுடன் ஏறப் போவதுயார்? அந்த ஓடை நீரில் செல்லவும், பனியில் காலழுந்திக் கால் நடையாகவே நடந்து திரிய வருபவன் எவன்? நீங்கள் அமைத்துக் கொண்ட அற்பமான, சின்னஞ்சிறு நகரங்களில், கதவுகள் போட்டும், சுவர்கள் எழுப்பியும் கட்டிக்கொண்ட வீடுகளில் அடைபட்டுக் குடியிருக்கப் போவதில்லை. என் தலைக்கு மேலே வானில் நீலக் கடவுள், காற்றும் சூறாவளியும் என்னை எதிர்த்துக் கலகஞ்செய்கின்றன. நான் இங்கே என்

பரப்பிடத்தில் தனிமையுடன் பொழுது போக்கி இன்ப வாழ்வு வாழ்கிறேன். அவகேடுகள் என்னுடன் தோழமை கொண்டன. கட்டற்ற, எல்லாம் தழுவுகிற, அகல்விரிவான வாழ்க்கையை விரும்புவோன் எவன்? சுதந்திரமாக வாழ விரும்புவோன் எவன்? இங்கே காற்றும் புயலும் தடையின்றி அடிக்கும் மேட்டு நிலம் மேலும் உயர்ந்து செல்கிறது. இதன் மீது ஏறிச் செல்ல என்னுடன் வருபவன் யார்?

**நான் புயற்காற்றின், மலையின், நாதன்**
**நான் சுதந்திரத்தின், அதன் பெருமையின் ஆன்மா வடிவம்.**

என் ராஜ்ஜியத்தில் பங்குகொண்டு என் பக்கத்தில் நடந்து வருகிறவன் முற்றும் உறுதியானவனாயும் அபாயத்துடன் தோழமை கொள்பவனாயும் இருத்தல் வேண்டும்.

இக்காலத்தில் எழுதப்பட்ட மற்றொரு கவிதை யார்? என்பது இதில் ஆழ்ந்த ஆத்மானுபவமும் அனுபூதியும் எளிய மொழி நடையும் இணைகின்றன. இதைவிட வெற்றிகரமான இணைவு வெகு அபூர்வமாகவே காணப்படுகின்றது. இத்தகைய கவிதைக்கு எத்தகைய விளக்கக் குறிப்பும் தேவையில்லை. விளக்கக் குறிப்பு அதன் உட்கருத்தைக் கட்டுப்படுத்தலாம். ஒரு சில வரிகளை எடுத்தாண்டு அவற்றின் ஒளியில் திளைப்போம்.

வானின் நீல வண்ணத்தின், கானகத்தின் பசுமையின் ஒளிவண்ணத்தை ஓவியமாகத் தீட்டும் கை யாருடைய கை? தூய வானவெளியின் கருப்பையில் உறக்கத்தில் ஆழ்ந்திருந்த போது, காற்றை எழுப்பி வீச உத்தரவிட்டது யார்? இதயத்தின் ஆழத்திலும், இயற்கையின் அடிநிலைக் குகையிலும் எவருமறியாமல் உறைகிறான் அவன்; நம் மூளையில் காணும் அவன் சிந்தனையை உருவாக்குகிறான். மலர்களின் வடிவமைப்பிலும் மலர்ச்சியிலும் ஊடும்பாவுமாக இருப்பவனும் அவனே, விண்மீன்களின் ஒளிவீசும் வலைக்குள் பிடிபட்டிருப்பவனும் அவனேயாம். மனிதனின் வலிமையிலும், பெண்ணின் அழகிலும், ஆணின் புன்னகையிலும், சிறு பெண்ணின் நாணத்தால் முகஞ்சிவக்கையிலும் அவன் உள்ளான். வானில் ஜூபிடர் தேவனைச் சுழன்றுகொண்டே செல்ல அவனது கரம் கரிகுழலொன்றைப் புனைய தன் கைத்திறத்தை யெல்லாம் காட்டுகின்றது.

* * * *

# 6
## மன்பதையின் அன்பர்

காங்கிரஸ் மேடையில் இடதுசாரிச் சிந்தனையின் வீர ஆதரவாளராக நின்று பேசியும் செயலாற்றியும் வந்திருக்கிறார். தலைவர்களிற் பெரும்பாலோர் உள்ளொன்று புறமொன்றாக ஒழுகிக் குடியேற்ற நாட்டுச் சுயாட்சியொன்றைப் பற்றியே பேசி வந்த காலத்தில் பூரண சுதந்திரத்தைத் தீவிரமாக ஆதரித்து வாதாடி வந்தார் அவர். உள்ளச் சமநிலையில் தம் சிறைத்தண்டனையை அனுபவித்தார். நான் 1913ஆம் ஆண்டு கல்கத்தா வந்தபோது, அரவிந்தர் ஏற்கனவே பழங்கதை மரபில் ஒரு கதா புருஷராக விளங்கினார். மக்கள் ஒரு தலைவரைப் பற்றி அத்தகைய உற்சாகத்துடனும் ஆனந்தப் பரவசத்துடன் பேசியதை நான் அபூர்வமாகவே கண்டிருக்கிறேன். அப்பெருமானைப் பற்றிக் கதைகள் பல கூறப்பட்டன. அவற்றில் சில உண்மையாகவே இருக்கக்கூடும். அவை வாய்மொழியாகக் கூறப்பட்டு வெகுதூரம் பரவின.

-சுபாஷ்சந்திரபோஸ்
ஓர் இந்திய யாத்திரிகன்

அலிபூர் வழக்கு விசாரணை ஓராண்டு நடந்தது: அதன் இறுதியில் ஸ்ரீ அரவிந்தர் குற்றவாளியல்லர் என விடுவிக்கப்பட்டார். அவர் சிறையிலிருந்து வெளியே வந்தபோது, அடக்குமுறையானது வங்காளத்தில் புரட்சியார்வத்தின் கூர்முனை மழுங்கிவிட்டது. ஆனால் பாரதத்தின் விரிவான காட்சியில் இரண்டு விஷயங்கள் ஏற்கனவே சாதிக்கப்பட்டு விட்டன. முழுச் சுதந்திரம் என்பது மக்களுக்கு இனியும் மிகமிகத் தொலைவில் அடையக்கூடிய ஒரு கனவாக, கற்பனை உலகமாக இல்லை. பிரச்னை, "எப்படி," "எப்போது" என்பதேயாம்; இனியும் 'என்ன' என்பதில்லை. பிரிட்டிஷாரின் பக்கத்தில் அவர்களுடைய முதல் அதிர்ச்சியானது உண்மை நிலையின் தாமத மதிப்பீட்டுக்கு மெல்ல மெல்ல இடங் கொடுத்தது. முற்றும் உணர்ந்துகொள்ளாமல் படிப்படியாக விட்டுக்கொடுக்கும் வழிமுறை மேலோங்கியது. **வந்தே மாதரம்**

வெளியீடு நின்றுவிட்டது. ஸ்ரீ அரவிந்தர் இப்போது **கர்மயோகி** என ஆங்கில மொழியிலும், **தருமம்** என வங்காளி மொழியிலும் இரண்டு வாரப் பத்திரிகைகளை வெளியிடவாரம்பித்தார். இவை முற்றும் அரசியல் பத்திரிகைகளாக விளங்கவில்லை. அரசியல் தன் உண்மையான இயல்பைப் பெறும் மனிதனிடமுள்ள ஆழ்ந்த உள்ளுயிருக்கு வேண்டுகோள் விடுத்தன. அருச்சுனன் குருக்ஷேத்திரப் போரில் பங்கு கொண்டதன் தனிச் சிறப்பை அவன் கர்மயோகத்தைச் சுயானுபூதியாக அடைந்ததனால்தான் பெற்றான்.

ஒப்பீட்டு முறையில் பார்த்தால் இந்தியா பெரும்பாலும் அமைதியாகவே இருந்தது. ஆயினும் ஸ்ரீ அரவிந்தரை காலமின்றிச் சுதந்திரமாக விட்டுவைப்பது அரசாங்கத்திற்கு ஆபத்தாகவே இருந்தது. "இந்தியா முழுவதிலுமே அவரே ஆபத்துமிக்க மனிதர்" என ராஜப்பிரதிநிதியான மிண்ட்டோ பிரபு இந்தியா மந்திரியான மார்லி பிரபுவுக்கு எழுதினார். மிண்ட்டோ ஸ்ரீ அரவிந்தரை நாடு கடத்த விரும்பினார். ஆனால் மார்லி பிரபு அதற்கு எளிதில் இணங்க விரும்பவில்லை.

ஸ்ரீ அரவிந்தர் கொஞ்சகாலமாகத் தம் செயல்களைச் சிந்திப்பதன் மூலமாகவோ, திட்டங்கள் போடுவதின் மூலமாகவே ஒழுங்கு செய்யவில்லை. மேலிருந்து வந்த வழித்துணையையே அவர் நம்பியிருந்தார். ஸ்ரீ அரவிந்தரை நாடு கடத்துவது உசிதமா என்பது பற்றி அரசங்காம் மும்முரமாக விவாதித்து வந்ததை ஸ்ரீ அரவிந்தர் அறிந்தாராயினும் அவர் கவலைப்படவில்லை. 1910ஆம் ஆண்டில் ஒரு நாள் மாலை அவர் திடுமெனக் கல்கத்தாவுக்குச் சிறிது தூரத்திலிருந்த, பிரெஞ்ச் ஆட்சிக்குட்பட்ட தனியிடமான, சந்திர நாகூருக்குச் செல்லுமாறு ஒரு ஆதேசம் (கட்டளை) பெற்றார். அவர் அதுபற்றிச் சிந்திக்கவோ, விவாதிக்கவோ இல்லை. உடனே கட்டளையின்படிச் செய்து அடுத்த நாள் காலை சந்திரநாகூரில் இருந்தார். சில வாரங்களுக்குப்பின் அவர் கேட்ட குரலொன்று புதுச்சேரிக்கு வழிகாட்டியது.

சகோதரி நிவேதிதை சிறிது காலம் **கர்மயோகி** பத்திரிகையை நடத்தினார். **தருமம்** பத்திரிகையை ஸ்ரீ அரவிந்தரின் இணை உதவியாளரான நளினிகாந்த குப்தா நடத்தினார்.

ஸ்ரீ அரவிந்தர் தம் உள்விழியில் இந்தியா சுதந்திரமடைவது நிச்சயம் என்றும் அது உண்மையில் அனுபவமாகி வருகிறது

என்றும் கண்டார். பூரண சுதந்திரம் என்பது அவரது 75ஆவது பிறந்த நாளில், 1947, ஆகஸ்ட் 15ஆம் தேதியன்று வந்தது என்பது குறிப்பிடத்தக்கது.

அவர் மேலும் செய்யவேண்டியிருந்த வேலைகள் அவரது அகக்காட்சியில் குறிப்பாகத் தோன்றின. விழித்துப் பார்க்கையில் அவரது பரமாம் வாழ்க்கைப் பணி வெளிப்பட்டது. மானிடன் உருமாறுதலடையும் பொருட்டு, ஆன்மிகத்தின் ஆழத்தில் மூழ்கிப் பூரண யோகத்தின் தத்துவங்களைக் கண்டுபிடித்து நிலைநாட்டுவதே அப்பணியாகும்.

அரசாங்க வட்டாரங்களில் எழுந்த குழப்பமும் கூச்சலும் ஆரவாரப் பேரொலியும் மெல்ல மெல்லக் குறைந்து வெறும் கிரீச் சொலியோடு நின்றுவிட்டது. அவரை வியந்து பாராட்டிய பெருந்தொகையினர் அரசியலிலிருந்து அவர் விலகியது குறித்துச் சும்மாயிருந்துவிட முடியவில்லை. கல்கத்தாவை விட்டுச்சென்ற ஓராண்டுக்கெல்லாம் அவருடைய முதல் வாழ்க்கை வரலாறு நாட்டு மக்களின் மிக முக்கியமான தேவையைத் திருப்தி செய்ய திரு. ஆர்.பலித் அவர்களால் வெளியிடப்பட்டது. பிரிட்டிஷாரின் நச்சரிப்பிலிருந்து தாமாகவே அவர் பிரெஞ்சுப் பிரதேசத்திற்கு ஓடி விட்டார் என்று எண்ணியவர்களுக்கு, புறநிலைமையையே கொண்டு அவரது நோக்கத்தை மதிப்பிட முடியாதென திரு. பலித் தைரியமாக எடுத்துச் சொன்னார். "செயலுக்குப் பின்புறமாக உள்ள மெய்க் கருத்தினுள் நுழைய நாம் முயலவேண்டும். மண்ணுலக விவகாரம் ஒன்றில் நாம் வீரத்தன்மை காட்டியதாகக் கருதப்படவேண்டி ஆன்மிக நலன்களைப் பலியிடவேண்டுமா? என அவர் கேட்டார்.

மக்கள் மேலும் அறிந்துகொள்ளப் பெரிதும் ஆவலாக எதிர் நோக்கினர். அவரிடமிருந்து கடிதம் பெறும் பாக்கியசாலிகள் மிகச் சொற்பமானவர்கள். நேத்தாஜி சுபாஷ்சந்திரர் நினைவு கூறிய தாவது: ஆன்மிகமும் அரசியலும்கூடக் கலந்த விஷயங்களில் அக்கறை கொண்ட சில வட்டங்களில் அத்தகைய கடிதங்கள் ஒரு கையிலிருந்து மற்றொரு கைக்கு விரைவில் செல்லும். எங்கள் வட்டத்தில் வழக்கமாக எவரேனும் ஒருவர் கடிதத்தை உரக்கப் படிப்பர். மற்றவர்கள் அதைக் குறித்து ஆர்வங்கொள்வர். அத்தகைய கடிதமொன்றில் ஸ்ரீ அரவிந்தர் எழுதியதாவது: நாம் ஒவ்வொருவரும் தெய்விக மிக ஆற்றலின் உற்பத்திக் கருவிகள் ஆகவேண்டும். நம்மில்

ஒவ்வொருவரும் எழுந்து நிற்கும்போது நம்மைச் சுற்றிலும் உள்ள ஆயிரக்கணக்கானவரும் ஒளியும் கலப்பற்ற இன்பமும் ஆனந்தமும் நிறைந்தவர்களாக வேண்டும். சமூக சேவையைப் பயனுறச் செய்வதற்கு ஆன்மிக ஒளி இன்றியமையாததென நாம் நம்புகிறோம்.

பின்னர், சி.ஆர். தாஸ், தாகூர் போன்ற நாடறிந்த தலைவர்கள் அவரைப் பார்த்தனர். மக்கள் மனத்தில் ஏற்பட்டிருந்த குழப்பத்தைச் சிதறவைக்க இந்த அறிக்கைகள் பெரிதும் பயன்பட்டன. தாகூர் 1928ஆம் ஆண்டில் எழுதியதாவது:

"முதற்பார்வையிலேயே அவர் ஆன்மாவைத் தேடிக் கொண்டிருந்தார் என்பதையும் இந்நீண்ட செயல்முறையின் மூலம் தமக்குள்ளே தெய்விக அகத் தூண்டுதலின் மோனசக்தியை அவர் திரட்டியிருந்தார் என்பதையும் நான் உணர முடிந்தது. அவரது முகம் உள்ளொளியுடன் பிரகாசித்தது. உடலை வாட்டுவதிலும் ஊனை உருக்குவதிலும் மகிழும் கொடியதொரு சித்தாந்தத்தின் அளவுக்கு அவருடைய ஆன்மா கட்டுப்படுத்தப்படவோ முடமாக்கப் படவோ இல்லை என்பதை அவருடைய அமைதியான சாந்நித்தியம் (திருமுன்பு) எனக்குத் தெளிவுபடுத்திவிட்டது. உள்ளச் சமயநிலையே மானிட ஆன்மாவுக்கு எல்லாமான முழுமுதற் கடவுளுக்குள் நுழையச் சுதந்திரம் அளித்தது. அவ்வுள்ளச் சமநிலை பற்றிப் பண்டைய ரிஷிகளே ஸ்ரீ அரவிந்தர் மூலம் பேசினாரென எண்ணு கிறேன். நான் அவருக்குச் சொன்னேன். "ஆண்டவனின் சொல் உங்களிடம் உள்ளது. உங்களிடமிருந்து அதை ஏற்றுக் கொள்ளக் காத்திருக்கிறோம். உங்கள் குரல் மூலம் பாரத நாடு உலகுடன் பேசும். நான் சொல்வதைக் கேளுங்கள்..."

"பல்லாண்டுகளுக்கு முன், ஸ்ரீ அரவிந்தரின் ஆரம்பகால, வீர இளமைப் பருவத்தின் சூழலில் அவரைப் பார்த்திருக்கிறேன். "அரவிந்தா, ரவீந்திரனின் வணக்கத்தை ஏற்றுக்கொள்" என்றேன். இன்று அவரை ஞானத்துடன் அமைந்த, நாவடங்கிய, ஆழ்ந்த மோனப் போக்கில் கண்டு "அரவிந்தா, ரவீந்திரன் வணக்கத்தை ஏற்றுக்கொள் என்று மோனத்தில் பாட்டிசைத்தேன்."

தாகூர் உண்மையைக் கண்டு எய்தினார். ஸ்ரீ அரவிந்தர் வாழ்க்கையை மறுத்து விடவில்லை. இதற்கு நேர்மாறாக, இப்புவியில் மானிடனுக்கு மேலும் உயரிய பெருவாழ்வை நாடியே திரிந்தார். அதன்பொருட்டே, அரசியலிலிருந்து விலகினார். புதியதொரு ஜீவனாக மானிடன் பரிமணாமடைவது பற்றியும், சூப்பர் மைண்டை

இப்புவியில் கீழே கொண்டுவருவது பற்றியும் அவர் தம் அகவிழியில் கண்டது சாமானிய மக்கள் உடனே உணர்ந்து பாராட்டக் கூடியதாக இல்லை. ஆயினும், புதுச்சேரியிலிருந்து ஒளியை உண்மையான ஆவலுடன் முன்னோக்கியவர்கள் நீண்டகாலம் காத்துக் கொண்டிருக்க வேண்டியதாக இல்லை. ஆரியா என்னும் மாதாந்திரப் பத்திரிகையின் வடிவில் 1914ஆம் ஆண்டிலிருந்து ஒளி அவர்களை அடைய நாடியது. ஆரியா இவ்வாண்டு ஆகஸ்ட் 15ஆம் தேதி முதன்முதலாக வெளியிடப்பட்டது. ஸ்ரீ அரவிந்தரின் ஆன்மிக உடனுழைப்பாளரான அன்னை அவரை அவ்வாண்டு சந்தித்ததால் அது குறிப்பிடத்தக்கதோர் ஆண்டாகும்.

ஆரியா தன் ஏடுகளில் வசன நடையில் எழுதப்பட்ட அவருடைய பெருநூல்களை தொடர் வரிசையில் வெளியிட்டது. தெய்விக வாழ்க்கை, வேதத்தின் ரகசியம், கீதைக் கட்டுரைகள், சமூக முன்னேற்றத்தின் உளநிலை, (இது இப்போது மானிட முன்னேற்றத்தின் சுழற்சியாக வரும் நிகழ்ச்சிகள் என்னும் தலைப் பெயர் கொண்டது) மானிட ஒற்றுமையின் லட்சியம், வருங்காலக் கவிதை, இந்தியப் பண்பாடு தாக்குதலை எதிர்க்கும் தற்காப்புப் போர்-பூரணயோகம் ஆகியவையே இப் பெருநூல்கள். இவ்வேடுகள் மூலமாக, அவருடைய ஆன்மிகம், உலக வாழ்வு என்னும் பெயரால் அழைக்கப்படும் வாழ்க்கையை மறுக்கவில்லை என்பதை மக்கள் அறிந்துகொண்டனர். இதற்கு நேர்மாறாக, வாழ்க்கை ஆன்மிக மயமாவதையும் உருமாறுதலடைவதையும் அது எதிர்நோக்குகிறது. அன்பன் அல்லது காதலன் என்னும் சொற்கூற்றின் மிக உயரிய தெய்விகப் பொருளில், மக்கட் குலத்தின் அன்பன் ஆவதற்கு இன்றைய நிலையிலுள்ள மானிடன்பால் அன்பு செலுத்தி அவனை அந்நிலையிலேயே விட்டுவிடுவது போதாது. உண்மையில், அகந்தை அல்லது தன்னலப்பற்று அன்பு என்னும் பொய் வேஷம் பூண்டு ஆடம்பரம் செய்கிறது. உலகில் இத்தகைய ஆடம்பரங்களே மிகுந்துள்ளன.

நீ மனத்திற்குமேலே தாவிச்சென்று ஏகப்பரம் பொருளின்
அமைதியான பரப்பில் வாழும்போதே,
அன்பு சாசுவதமான பேரானந்தத்தில் நிலைபேறுடையதாக
விளங்கவும், தெய்விக அன்பு மானிடப் பிறப்பை
விலக்கி அதனிடத்தைக் கொள்ளவும் கூடும்.

-சாவித்திரி VI-I

ஆனால், ஸ்ரீ அரவிந்தர் மானிடன்பால் வைத்த அன்பு தெளிவாகக் காணப்பட்டது. அவரது அகவழியில் மானிடனின் மிக விழுமிய வருங்காலத்தில் வந்தே தீரவேண்டிய விதியைக் கண்டார். அதன் வெளிப்பாட்டுக்காகக் கடின முயற்சிகள் செய்தார். துன்பங்கள் யாவற்றையும் ஏற்று அமைவுற்றார். அன்றியும் மானிட ஒற்றுமையின் லட்சியம் என்னும் நூலின் ஏடுகளில், முற்றும் சமூக அரசியல் பேச்சுப்பாணியில், இன்று மக்கட்குலத்தை மலைவுறுத்தியும், தொல்லை கொடுத்தும் வரும் சிக்கலான பிரச்னைகள் பலவற்றையும் சரிப்படுத்தக் கூடிய கொள்கைகளை நிறுவினார். அது ஒற்றுமையின் பொருட்டு உணர்ச்சியுடன் வேண்டுகோள் விடுக்கும் ஒரு நூலல்ல. போராட்டங்களினால் ஓய்ந்துபோய் செயலறிவு காட்ட விடுக்கப்படும் ஓர் அழைப்புமல்ல. சகோதரத்தன்மையை நிலைநாட்டுவதற்கான பகிரங்கமானப் பிரகடமுமல்ல. முதல் அத்தியாயமே "ஒற்றுமையை நோக்கிய திருப்பம்- அதன் இன்றியமையாமையும் அபாயங்களும்" என்னும் குறிப்பிடத்தக்க தலைப்பெயரைக் கொண்டுள்ளது. ஒற்றுமையின்பால் உணர்வுடன் செய்யப்படும் திரள் முயற்சிகளுக்கான அடிப்படைக் காரணம் என்னவாக இருக்க வேண்டும் என்பதை அதில் எடுத்துக் காட்டுகிறார்.

ஒரு பெரிய சமூக அரசியல் ஒற்றுமை தன்னிலேயே ஒரு வரப் பிரசாதமாக இன்றியமையாது இருக்கத் தேவையில்லை. அது எவ்வளவு தூரம் ஒரு சிறந்த, வளமான, இன்பமான ஆற்றலுடைய தனிவாழ்க்கைக்கும் கூட்டுவாழ்க்கைக்கும் உரியதொரு கருவியாகவும் இருக்கிறதோ அவ்வளவே அது நாடுவதற்குரியது. ஆனால் இதுகாறும், நெருக்கமாக இணைந்தனவும், விதிவிலக்கிற்கு இடந்தராமலும் கண்டிப்பாகவும் அமைந்தனவுமான பிரம்மாண்டமான கூட்டுக்கள் வளமான ஆற்றல் வாய்ந்த மானிட வாழ்க்கைக்கு அனுகூலமானவை என்னும் நோக்கை மக்கட்குலத்தின் அனுபவம் ஆதரிக்கவில்லை. கூட்டு வாழ்க்கை சிறிய இடத்தில் எளிய அமைப்புக்களில் அமைந்து ஒருமுகப்பட்டு இயங்குமாயின் அது இயல் எளிமையுடனும், ஆர்வமுடன் பழகும் தன்மையுடனும் மிகுந்த பயனுடையதாயும் விளங்கும் என்றே தோன்றுகிறது. மக்களினத்தின் வரலாற்றை, நாம் அறிந்து கொண்ட வரையில், ஆழ்ந்து ஆராய்வோமானால், மானிட வாழ்க்கையின் சுவை மிகுந்த காலங்களையும், அது வளமாக வாழப்பட்டு தனக்குப்

பின் விட்டுச்சென்ற மதிப்புவாய்ந்த சின்னங்களையும் கொண்ட இடங்களையும், அதே காலங்களிலும் இடங்களிலும் மக்களினம் சின்னஞ்சிறு சுதந்தர நகர ராஜ்ஜியங்களை அமைத்துக் கொள்ள முடிந்ததையும், அவை, ஒன்றோடொன்று நெருக்கமான தொடர்புகள் கொண்டு செயலாற்றி வந்தாலும் ஒன்றோடொன்று இணைந்த ஒரே ஒருமையாக விளங்க முடிய வில்லை என்பதையும் நாம் காண்போம்.

ஆனால் நாம் வேறொரு காலத்தில் வாழ்ந்து வருகிறோம். இப்போது மக்கள் மக்கட்குலத்தின் சமூக, ஆட்சி முறை சார்ந்த, அரசியல் ஒருமைப்பாட்டைப் பற்றிக் கனவுகாண ஆரம்பித்துள்ளனர்.

மிகப் பெரியதோர் அமைப்பு வேண்டியதாக இருக்கும். அதன்கீழ் தனி வாழ்க்கை, பிரதேச வாழ்க்கை ஆகிய இரண்டுமே ஒடுக்கப்படும்; வளர்ச்சி குன்றும்; மழை, காற்று, சூரிய வெளிச்சம் ஆகியவை அடியோடு கிடைக்காமல் வாடும் ஒரு செடியைப் போல அவற்றிற்கு இன்றியமையாத சுதந்திரம் பறிகொடுக்கப்படும். இதனால் மக்கட்குலத்துக்கு முதலில் திருப்தியும் திடீரென மகிழ்வுடன் கூடிய செயலெழுச்சியும் வெளிப்படலாம். பின்னர் வெகுகாலம் உள்ளதைப் பேணிப் பாதுகாப்பதிலேயே கவனம் இருக்கும்; பின்னர், வாழ்க்கை வகையில் மாறுபடாமல் மேன்மேலும் தேக்கமடைந்திருக்கும்; இறுதியில் அழிவுறும். ஆயினும், மக்களினத்தின் ஒற்றுமை இயற்கையின் முடிவான திட்டத்தின் ஒரு பகுதியேயாம் என்பது தெளிவு. அது வந்தே தீரும். ஆனால் வேறு நிலைமை களில் பாதுகாப்புக்களுடன் வரும். அப்பாதுகாப்புக்கள் இனத்தைத் தன் உயிர் வீரியத்தின் அடிப்படையில் ஒருமை கெடாது நிலைநிறுத்தும். அது தன் ஒருமையில் வளமான வேறுபாடுகளுடன் திகழும்.

ஸ்ரீ அரவிந்தர் கடந்தகாலக் கூட்டமைப்புகளின் குறைபாடுகள் யாவற்றையும் பரிசீலனை செய்தார். பலகாலமாக மானிட ஒற்றுமையின் பொருட்டுச் செய்யப்பட்ட பல்வேறு முயற்சிகளின் உள்ளீடாக உள்ள வலுக்குறைவுகளைக் கண்டுபிடித்தார். இங்ஙனம் செய்தபோது, சரித்திர வரலாற்றில் காணும் சக்திகளின் போக்குகளையும், அவற்றிற்கு நேர் எதிரான போக்குகளையும் மிகத் தெளிவாகவும் தேர்ச்சியுடனும் பற்றிப் பிடித்தார். அவர் பின் வருமாறு முடித்தார்:

மனோநிலையின் புதியதோர் அம்சமே தேவைப்படும் பாதுகாப்புச் சக்தியாகும். அதுவே மக்களினத்திற்கு ஒன்று பட்ட வாழ்க்கையின் தேவையை உடனே வலியுறுத்தி அதைச் சுதந்திரக் கொள்கைக்கு மதிப்புக் காட்டும்படி கட்டாயப் படுத்தும். மக்கட் கூட்டத்தின் சமயம் அத்திசையை நோக்கிச் சாய்வுறும், ஒரே வளர்ச்சியடைந்து வரும் சக்தியாக இருப்பது போலத் தோன்றுகிறது. ஏனெனில், அது மானிட ஒருமை என்னும் உணர்வுத் திறத்தைக் குறிக்கொண்டு முன்னேறுவதாகவும், இனம் என்னும் கருத்தை உடையதாகவும் உள்ளது. ஆயினும், அதே சமயத்தில் மானிட தனித்தன்மைக்கு கூட்டு சேரும் இயல்புக்கும் மதிப்பளிக்கிறது. ஆனால் இப்போதைய அறிவுத்திறம் வாய்ந்த வடிவம் கெஞ்சங்கூப் போதுமானதாக இல்லை. கருத்து, என்னவோ தன்னிலேயே ஆற்றல் வாய்ந்ததுதான். ஆனால் தன்வினை பயன்களில் இன்னும் போதியளவு ஆற்றல் வாய்ந்ததாக இல்லை. அது தன் வடிவிலேயே இனத்தின் முழு வாழ்க்கையையும் உருவாக்க முடியவில்லை. ஏனெனில் அது மானிட இயல்பின் அகந்தைப் பகுதிக்கு மிகவும் விட்டுக்கொடுக்க வேண்டியிருக்கிறது. நம் பெருங்கருத்து எதிர்த்து நிற்கும் நம் ஜீவனின்பத்தில் ஒன்பது பாகத்தையும், விட்டுக்கொடுக்க வேண்டியுள்ளது. மற்றொரு பக்கத்தில் அது பிரதானமாக பகுத்தறிவையே சார்ந்திருப்பதால் உயிர்ப்புத்திறமற்றதும் மரபு வழிப்பட்டதுமான தீர்வு முடிவை நோக்கியே எளிதில் செல்கிறது. ஏனெனில் பகுத்தறிவுள்ள கருத்து இறுதியில் தன் இயந்திர அமைப்புக்கே, கட்டுப்படுத்தும் தன் வழி முறைக்கே அடிமையாகி விடுகிறது. தர்க்க வாத இயந்திரத்தின் மேறொரு போக்குடன் கூடிய புதியதொரு கருத்து அதற்கு எதிராக எழுச்சி பெற்று அவ்வியந்திர அமைப்டையே சிதறடிக்கிறது. ஆனால் இறுதியில் வேறொரு இயந்திரமயமான முறையை, வேறொரு கோட்பாட்டை, வேறொரு குருட்டு விதி முறையையும் பயிற்சி முறையையும் மாற்றீடு செய்கிறது.

மானிடத்தின் ஆன்மிக சமயமொன்றே வருங்காலத்துக்கு நம்பிக்கையளிக்க வல்லது. ஆன்மிக சமயம் எனில், சாதாரண மாகக் கூறப்படும் உலகமுழுதளாவிய, எல்லாவற்றையும் தன்னுட்கொண்டதொரு சமயமன்று; ஒரு கோட்பாடு,

அதிகாரபூர்வமாக நிலைநாட்டப்பட்ட ஒரு கொள்கை, அறிவு சம்பந்தமான ஒரு நம்பிக்கை, புறச்சடங்கு ஆகியவை கொண்ட ஒரு முறை அன்று. அவ்வழியில் ஒற்றுமையை நிலைநாட்ட மக்களினம் முயன்றுள்ளது. அது தோல்வியுற்றது. தோல்வியுறுவதற்கு உரியதே. உலக முழுதளாவிய, எல்லா வற்றையும் தன்னுட் கொண்டதொரு சமயமுறை, மனக்கோட் பாட்டிலும், உயிர் ஆற்றல் ததும்பும் உருவத்திலும் அமைந்திருக்கக்கூடும். உண்மையில் உள்ளுயிர் ஒன்றுள்ளது. ஆனால் வேறு எதையும்விட ஆன்மிக வாழ்வு ஒன்றே சுதந்திரத்தையும், தன் வெளிப்பாட்டில் வேறுபாட்டையும் அபிவிருத்திக்கான வழிகளையும் வலியுறுத்துகிறது. மக்களினத் தின் சமயம் எனில், ரகசிய சைதன்யமயமான ஆன்மா ஒன்றுள்ளது; தெய்விக மெய்ப்பொருள் ஒன்றுள்ளது; அதில் நாம் எல்லோரும் ஒன்று பட்டுள்ளோம்; இன்று இப்புவியில் அதன் மிக உயரிய கருத்தை வெளியிடும் சாதனம் மக்களினமே; மக்களினமும் மானிட ஜீவனும் அது இங்கே மேன்மேலும் வெளிப்படுவதற்குரிய சாதனங்களே என மேன்மேலும் உணருவதேயாம். இந்த அறிவை வாழ்க்கையில் வாழவும், இப்புவியில் இத்தெய்வ சைதன்னியத்தின் ராஜ்ஜியத்தை மேன்மேலும் அமைக்க முயல்வதையே அது மறைமுகமாகக் குறிப்பிடுகிறது. நமக்குள்ளே அது வளர்ச்சியடைவதன் மூலம் நம் உடனொத்த மனிதருடன் ஒன்றுபடுவது நம் வாழ்க்கை யாவற்றினுடையவும் பிரதான கொள்கையாய்விடும். அது வெறுங் கூட்டுறவுத் தத்துவமாகமட்டுமே இராமல், ஆழ்ந்ததொரு சகோதரத்துவமாகவும், உள்ளத்தினுள்ளே விளங்கும் உண்மையான ஒற்றுமையுணர்வாகவும் சமத்துவ பாவமாகவும் அனைவராலும் பொதுவாக வாழப்படும் ஒரு வாழ்வாகவும் இருக்கும். உடனொத்த மனிதரின் வாழ்க்கையில் தான் தன் சொந்த வாழ்ககை நிறைவு பெறுகிறது என்று அவன் உணர்தல் வேண்டும். இனமும், தனி மனிதனின் சுதந்திர, நிறைவுற்ற வாழ்க்கையல்தான் தன் சொந்த நிறைவும் நிரந்தர இன்பமும் அமையக்கூடும் என்று உணர வேண்டும். இந்த சமயத்திற்கு ஒப்ப, ஓர் உளப்பயிற்சியும் ஒழுங்குப் பயிற்சியும், கடைத் தேற்றத்திற்கான ஒரு வழியும் இருக்க வேண்டும். ஒவ்வொருவனும் தனக்குள்ளேயே அது வளர்ச்சியடையச் செய்யவும் இறைவாழ்க்கையிலும் அது

வளர்ச்சியடையவும் ஒரு வழி இருக்கவேண்டும். இவை யாவற்றையும் விளக்க வேண்டுமெனில், இங்கே அது ஒரு பெரிய விஷயமாக விரிந்துவிடும். இத்திசையில்தான் நாம் இறுதியாகச் செல்லவேண்டிய பாதை உள்ளது என்று எடுத்துக்காட்டினால் போதும், மற்றவை போல இதுவும் ஒரு கருத்தாகவே இருப்பின், கருத்துக்கள் யாவும் சென்ற வழியிலேயே இதுவும் போய்விடும் என்பதில் ஐயமில்லை. அப்படியானால், யாவும் எந்த உண்மையை நோக்கிச் செல்கின்றனவோ அந்த உண்மையாக அது இருத்தல் வேண்டும். அந்த உண்மையில்தான் உள்ளார்ந்த, நிறைவான, உண்மையானதொரு மானிட ஒற்றுமைக்கான வழி காணப்பட வேண்டும். அது ஒன்றே மானிட வாழ்க்கையின் ஒருமையின் உறுதியான, பாதுகாப்பான அடிப்படையாகும். ஆன்மிக ஒருமை உள ஒருமையை உண்டாக்கித் தரும். அது எத்தகைய அறிவு தொடர்பானஅல்லது புறத்தைச் சார்ந்த ஓர் உருவான அமைப்பு கொண்டதைச் சாந்திராது. இயந்திரமயமான உயிரற்ற வழியில் அமைந்த ஒருமையுடன் கட்டுப்பட்டிராத வாழ்க்கையின் ஒருமையையே அது கட்டாயப்படுத்தும் ஆயினும், அது உறுதியான, பாதுகாப்புடன் கூடிய ஒற்றுமையை சுதந்திர உள்ளார்ந்த வேறுபாடுகளாலும் சுதந்திரமாக வேறுபட்ட புறச் சுயவெளிப் பாட்டினாலும் வளம் செய்ய என்றும் தயாராக இருக்கும். மானிட வாழ்க்கையின் உயர்தர ரகத்திற்கு இதுவே அடிப்படையாக இருக்கும்.

மக்கட் குலத்தில் அத்தகைய உணர்வு கைவரப் பெற்று விரைவில் வளரக் கூடுமாயின், உள் உண்மையிலிருந்து புற வடிவங்களுக்குச் செல்லும் ஆழ்ந்த, உண்மையான வழியில் சென்று ஒன்றுபடுத்தும் பிரச்னையை நாம் தீர்க்கலாம். அது வரையில் இயந்திரமயமான, உயிரற்ற வழிகளில் அதை சாதிக்கச் செய்யும் முயற்சிகள் நடக்க வேண்டியதே. ஆனால் மானிடத்தின் உயர்ந்த நம்பிக்கையானது. இந்த உண்மையை உணர்ந்து அதைத் தம்மிடத்திலேயே வளர்க்க நாடுவோரின் எண்ணிக்கை பெருகுவதில் உள்ளது. இந்த நிலையில், மானிட மனம் தன் ஜீவனற்ற இயந்திரமயமான போக்கிலிருந்து தப்பத் தயாராக இருக்கும்போது அது தன் இயந்திரமயமான, ஜீவனற்ற தீர்வுகள் யாவும் தாற்காலிகமானவை, ஏமாற்றமளிப்பவை எனக்

கண்டுபிடிக்கும் போது ஆன்மிக உண்மை தலையிட்டு மக்கட் குலத்தை கூடுமானவரை, மிக உன்னதமான இன்பத்திற்கும் நிறைவுக்கும் இட்டும் செல்லும்.

**சிந்தனையும் மின்னொளியும்** என்னும் நூலிலிருந்து எடுக்கப்பட்ட சில சொற்கள்மீது ஒரு தியானத்துடன் நாம் முடித்துக் கொள்வோம்:

நாம் இன்னும் புதிதாக நிறைவேற்ற வேண்டியவை யாவை? முதலாவது அன்பு. ஏனெனில், பகைமையும் சுயதிருப்தியுமே இது வரையில் நாம் சாதித்திருப்பவை யாவும், இரண்டாவது, ஞானம். ஏனெனில், இது வரையில் பிழையே புரிந்துள்ளோம்; மனத்தால் கண்டும் பாவித்துமே உள்ளோம். மூன்றாவது, பேரின்பம்; ஏனெனில் இதுவரையில் இன்ப-துன்பங்களையே அடைந்துள்ளோம்; அல்லது அலட்சியமாகவே இருந்திருக்கிறோம். நான்காவது, வலிமை, ஏனெனில், இதுவரையில் பலவீனம், முயற்சி, தோல்வியுற்ற வெற்றி ஆகியவற்றை மட்டுமே அடைந்துள்ளோம்; ஐந்தாவது, வாழ்வு; ஏனெனில், இதுவரையில் நாம் பிறந்தும் வாழ்ந்தும் இறந்துமே வந்திருக்கிறோம். ஆறாவது– ஒற்றுமை. ஏனெனில் இதுவரையில் நாம் கூட்டமாகக் கூடியும் போர் செய்துமே வந்திருக்கிறோம்.

ஒரே சொல்லில், நாம் தெய்வத்தன்மை அடைதல்வேண்டும்; தெய்வ வடிவில் நன்மைத் திருத்தியமைத்துக்கொள்ளல் வேண்டும்.

* * * *

## 7

## அன்பையும் வைகறையையும் பாடும் கவி

*படைப்பு துடிக்கிறது! அதன் விளிம்பின்மீது வானம் கொழுந்துவிட்டு எரிகிறது. வைகறை சிறப்பு வாய்ந்த வண்ணங்களுடைய தன் நுட்பமான ஒளியைச் சுற்றிலும் சுரக்கவிட்டாள். அதன் பேரழகு கால அளவில் ஆற்றல் அழிந்து மறைந்தது.*

*-ஸ்ரீ அரவிந்தர் 'சாவித்திரி'*

'...அன்பே, புயல் நின்றுவிட்டது. இடர் நீங்கிவிட்டது என் ராணியே, இப்போது நாம் பசுமையும் பொன்னிறமுடைய கானகங்களின் ஊடேயும் பொன்னிற வயல்களின் இடையே யும் தங்குதடையின்றி நழுவிச் செல்வோம். ஓ புவியின் தங்க லட்சுமியே, உன் வானுலக மாளிகையின் ஒளிவீசும் வாயிற் கதவுகள் நமக்காகத் திறக்கும் வரையில், தங்கக் கனவினில் என்றும் மிதப்போம்.

### அவலச்சுவை நாடகம்

இது ஸ்ரீ அரவிந்தர் 1915ஆம் ஆண்டில் எழுதிய வாசவதத்தையி லிருந்து எடுக்கப்பட்டிருக்கிறது. இந்த ஜனரஞ்சிதமான கதை சோமதேவரின் கதா சரித்சாகரம் என்பதிலிருந்து எடுக்கப்பட்டு வீரமும் காதலும் நிறைந்ததொரு நாடகமாக்கப்பட்டது. எழில் நலமும் இனிமையும் வாய்ந்த இது. காப்பியத் தலைவன் பொற்கனவு ஒன்றில் என்றென்றும் மிதப்பான் என ஆர்வமுடன் நம்புவதோடு முடிவடைகிறது. ஸ்ரீ அரவிந்தர் தம் ஒரே அவலச்சுவை நாடகத்தை இதே காலத்தில் எழுதினார் என்பது குறிப்பிடத்தக்கதாகும். ஆண்ட்டியோகஸ், திமோக்னிஸ் என்னும் நாடு கடத்தப்பட்ட புதல்வர் இருவரும் தம் தாய் கிளியோபாத்ராவிடம் அவளுடைய கணவன் இறந்தபின் திரும்பி வருகின்றனர். இருவரும் கட்டழகி ரோதோகுன் மீது பெரிதும் மையல் கொள்கின்றனர். அரண்மனையில் ஒரு கைதியாகக் கிடந்த அவள் வீரதீரனான ஆண்ட்டியோகஸ்ஸைக் காதலிக்கிறாள். துரதிருஷ்டவசமாக, ஆற்றல் மிகுந்த அவனுடைய தாய் ஆரம்பத்திலிருந்தே அவன் மீது கெட்ட எண்ணம் கொண்டிருந்தாள்.

பொறாமை கொண்ட தம்பி திமோக்ளிஸ் தன் அண்ணனைக் கொன்றுவிடுகிறான். ரோதோகுன் அதிர்ச்சி அடைந்து உயிர் விடுகிறாள். எரெமைட் ஒருவன் ஆண்ட்டியோகஸ் ரோதோகுன் முன் ஒரு சமயம் சொன்ன தீர்க்கதரிசனம் உண்மையாகிறது.

> *நீ அரசன் ஆகமாட்டாய் என்று உன்னிடம் சொல்லவந்த நான் அதைச் சொல்ல நியமிக்கப்பட்டவன். உன் பெருமை, மேதை, செருக்கு, பலம் எவ்வளவுதான் இருந்த போதிலும், இறுதியில், வீழும் மரத்தைப் போல நீயும் உன் தலைவிதிக்கு உட்படுவாய்.*

அண்ணனுக்குப் பின் உயிர்வாழ்ந்த திமோக்ளிஸ், தன் காதல் வெறியை வெளிப்படக் காட்ட என்னென்னவோ ஆடம்பரமாகச் செய்தான். ஆயினும், வாழ்வதற்கு அவனுக்குக் கிடைத்தது என்ன? சாவு போன்றதொரு வாழ்க்கை தவிர வேறொன்றும் கிடைக்கவில்லையே! வாழ்க்கை அவனுக்கு யாரோ ஒரு மடையன் உயர்த்திய குரலில் ஆர்ப்பாட்டமாகக் கூறிய, பொருள் ஒன்றுமில்லாத வெறுங்கதை போலல்லவா பெரும்பாலும் ஆயிற்று?

> வைத்தியர்கள் சேர்த்துக் கட்டமுடியாத ஏதோ ஒன்று என்னுள் உடைந்துவிட்டது. இளங்கோ நிக்கனோர், "நீ, சிரியா அரச வம்சத்தில் உதித்தவன். உன் வம்ச வழியில் செல்யூகஸ் தன் ஆதிமூலத்திலிருந்து களங்கமற்றவனாக வரலாம். உடன் பிறந்தவனே, சகோதரனே, எல்லாம் இப்படி முடியுமெனக் கனவிலும் காணவில்லை. பகலவன் எழுந்த போதோ, அஸ்தமித்தபோதோ நாம் இஷ்டப்படித் திரிவோம்; உடன் சேர்ந்து எகிப்தியத் தோட்டங்களிலோ டால்மியின் பழச்சோலைகளிலோ ஒருவர் மற்றவரின் கழுத்தின்மீது கைபோட்டுக் கொண்டு சென்றோம். இப்போதோ நாங்கள் என்றென்றும் பிரிந்திருக்கிறோம். நான் தோழனின்றித் தனித்துள்ளேன். ஆனாலும் நீயும் அவளும் கைகோத்துக்கொண்டு பூஞ்சோலையில் தென்றல் வீச நடந்து செல்கிறீர்கள். நானோ தனித்து நடந்து செல்கிறேன்.

உதயகன்னி இலியோனின் குன்றுகள், மேட்டு நிலங்கள் மீது ஒளி விரித்துப் பரப்பினாள். தன் பட்சாதாபமற்ற கண்களால் எல்லாப் பொருள்களையும் பார்த்துக்கொண்டே ஊழியின் ஆற்றலைக் காட்டுகிற அவள் வந்தாள்.

மனிதனுக்கு அதிருஷ்டம் அடிக்கப்போகிற நாளையோ, அவன் வீழ்ச்சியடையப்போகிற நாளையோ கொண்டுவருகிறவளும், ஒளி திகழும் பணித்துறைப் போக்குவரவு நிரம்ப உடையவளும், மாலையையும் அதன் அழகையும் பற்றி அசட்டையாக இருப்பவளும், ஊழின் ஆற்றலைக் காட்டுபவளும், இலியோனின் விளக்கமற்ற பெருமைபற்றி அக்கறை கொள்ளாமல் இருப்பவளும் ஆன அவள் அதன் மீது சிறிது நின்று தயங்கி மேற்சென்றாள்.

**உதயம் செய்யும் ஜாலம்**

காலையில் பளிங்கையொத்த தெளிவுடன் பிரகாசிக்கும் ஒளிச்சுவாலைகளின் மீது மினுமினுக்கும் தீ நாக்குகள் போன்று தலைதூக்கி நிற்கும் கவிகை (குடைபோன்று வளைந்த) மாடித்தூபிகள்; சூரியதேவனுடைய யாழின் தொனிகள்; ஒரு சமுதாயம் அமைத்த இவை யாவற்றின் மீதும் அதன் அன்பு, அதன் சிரிப்பு ஆகியவற்றின் மீதும் ஒளி பரப்பி உயரச் சென்றாள். கடைசித் தடவையாக, பெருவழி, வீழ் சூழ் பண்ணை, அங்காடிக் கோயில் இவை யாவற்றின் மீதும் ஒளி வீசினாள். சாகவேண்டிய மனிதர்கள், துயரம் அனுபவிக்க விதிக்கப்பட்ட பெண்கள், இவர்களைப் பார்த்துக்கொண்டே சென்றாள். தீயில் தீய்ந்து தரையில் விழவேண்டிய அழகிகளையும் பார்த்துக் கொண்டே சென்றாள். ஊழின் ஆற்றலைக் காட்டும் அவள், அமரர்கள் எழுதிய எழுத்துக்களுடன் சிவந்திருந்த, அழிய வேண்டியவர் பெயர்ப் பட்டியலை மேலே உயர்த்தினாள், துக்க மற்றவர், இறப்பற்றவரின் புன்னகை பொலிய முன் சென்றாள். மரணத்தை அறியாதவராயினும் அதனுடன் நடவடிக்கை மேற் கொள்ள வேண்டியவர்கள். நிகழ்ச்சிகளின் விதைகள் காலையில் விதைத்துவிட்டு இரவில் அறுவடைக்காகத் தயாராக இருப்பர்.

**வீரமும் காதலும்**

ஆயினும், விதி அல்லது ஊழாற்றல் **எரிக்**[1] என்னும் நாடகத்தில் வேறோர் உட்பொருளை மேற்கொள்ளுகிறது. எரிக் என்பது வீரமும்

[1] ஸ்ரீ அரவிந்தர் ஐந்து முழுமையான நாடகங்களையும் மூன்று முழுமையற்ற நாடகங்களையும் எழுதியுள்ளார். முழுமையானவை வருமாறு: பெர்சியூஸ், வாசவதத்தன், ரோதோகுன், பஸ்ஸோரா அமைச்சர்கள், எரிக். முழுமையற்றவை. -பிருட் குடும்பம், மில் நங்கை, எதூர் இளவரசன்..

காதலும் நிறைந்த மற்றுமொரு நாடகமாகும். இது 1912 அல்லது 1913இல் எழுதப்பட்டது. இறுதியில் நாடக நாயகன் எரிக் திருமண வினையில் தாங்கள் ஒன்றுபட்டது பற்றித் தன் மகிழ்ச்சியைத் தெரிவித்தபோது நாயகி அஸ்லாம் சொல்லுகிறாள்.

*அது விதியின்படி நடந்தது. அன்புக்குரியவரே,*
*இப்போது நமக்கு உலகம் மீண்டும் ஆரம்பிக்கிறது.*

அன்பு ஓர் அற்புதத்தைச் செய்துவிட்டது. அஸ்லாம் ஒரு காலத்தில் எரிக்கின்பால் முற்றும் வெறுப்புக்கொண்டிருந்தாள். உண்மையில், அவனைக் கொல்வதற்காகத் தக்க சமயம் காண அவனைச் சந்திக்கச் சென்றிருந்தாள். ஆரம்பத்திலிருந்தே இனிமை மிக்க சிறு தொல்லைகளே நேர்ந்தன. எப்படியெனில், எரிக்:

*'வல்லமை மிக்கவன்!*
*அவன் தெய்வ முகமும் உருவும் கொண்டவன்*
*பிரகாசிக்கும் கண்களையுடைய, சலவைக் கல்லால்*
*செதுக்கப்பட்ட ஒரு பேரரசன்.'*

அவன் காலாகாலத்தில், உயரத்தில், நின்றவனாயும் இரும்பு போன்ற இதயமுடையவனாயும் இருந்த எரிக்கைக் கருணையும் பெருமையும் துணிவாண்மையும் உடையவனாக உருமாறுதல் அடையச் செய்தாள்.

ரோதோகுனில் நாடக நாயகன் வீரதீரனாக இருந்தும் பேராசை மிகுந்தவனாக இருந்தான். அவன் நான் எனும் அகந்தை மிக்கவனாக இருந்ததால், காதலை இனிய விளைவுகளுடன் முடிக்கவில்லை. காதல் நலனை நோக்கி உருமாறுதலையடைவதே ரகசியமாகும். விழுமிய பொருளை உயர்நோக்குவதன் ரகசியமும் அதுவேயாம்.

*காலம் செய்யும், பிளவுகளை நிறுவுவது காதலே, ஆம், காதலே.*
*காதலால் விண்மீன்களுடன் நம் உறவைக் காண்கிறோம்.*

–எரிக்

காதல் என்னும் பெயரில் நடப்பனவற்றில் எல்லாம் உண்மையான காதல் எவ்வளவு உள்ளது?

*வாழ்வதும் காதலிப்பதுமே முடிவுற்ற பொருள்களின்*
*அடையாளங்கள் அல்லவா?*
*ஆதியந்தமிலா நிலவுலகக் கோளங்களின்*
*ஒரு தனிச் சிறப்பே காதல்*

அதன் பெயரையும் வடிவையும் பரவசானந்தத்தையும்
கீழ்ச்தரச் சக்திகள் திருடியும், தாழ்மைப்படுத்தியும்
உருவத்தைத் திருத்திக் குருபியாக்கியும், அதன்பால்
கேலியாகச் சிரித்தும் வருகின்றன. ஆயினும்
இறைத் தன்மையுடைய அதனாலேயே யாவும்
மாறுதலடைகின்றன.

-சாவித்திரி

மானிட வாழ்க்கையில் மங்கலாக மலர்ந்தாலும், அது அற்புதங்கள் செய்திருப்பின், அது ஆன்மிகத் தூய்மை, ஒளிவிளக்கம் எனும் பிரகாசமான சூரியனின் கீழ் செழிக்கும்போது என்ன அற்புதங்கள் தாம் செய்யாது!

நீ மனத்திற்கு மேலே ஏறிச் சென்று ஏக பரம்பொருளின் அமைதியான எல்லையற்ற பரப்பில் வாழும்போதே, அன்பு நிரந்தர ஆனந்தத்தில் நிலைபேறுடையதாக இருக்கவும், மானிடப் பாசக்கட்டு இருந்த இடத்தைத் தெய்விக அன்பு கொண்டு நிரப்பவும் கூடும்.

-சாவித்திரி

எப்படி இருந்தாலும், மானிடன் அன்பன், காதலன்; இறைவனே அவனது குறிக்கோள் - இதுவே ரிஷியின்[2] கடைசி வெளிப்பாடு;

### உதயகன்னி அஹானா

அஹானா காலைத் தெய்வம். அவள் உலகிற்கு இறங்கி வருகிறாள். அப்போது, அங்கே சாக்ரட்டின் போராட்டத்திற்கும் தொல்லைக்கும் இடையே, மகிழ்ச்சியின் வேட்டைக்காரர்கள், ஞானத்தை நாடுவோர், அதிகார பலத்தைத் தேடியலைந்து மேலேறுவோர். இவர்கள் சாய்வுச் சரிவுகளின் மேலே கடுமுயற்சி செய்கையிலேயோ, பள்ளத்தாக்குகளில் காத்திருக்கையிலேயோ, அவளும் உண்மையான அன்பின் செய்தியையும் விளக்கத்தையும் கொண்டு வருகிறார்:

---

[2] ஸ்ரீ அரவிந்தரின் நீண்ட கவிதையான 'ரிஷியின் ஆய்வுப் பொருள் இதுவேயாம். உலகிற் முன்சென்ற யுகங்களில் அதாவது, ஆர்க்டிக் கண்டம் இருந்து வந்தபோது, மன்னன் மனு துருவத்தைச் சார்ந்த ரிஷியிடமிருந்து ஞானத்தை நாடுகிறான். ரிஷி ஞானத்தின் ஒன்றுக்கொன்று நேர் எதிரான துணை விளக்கங்களைக் கூறி அவனை வெகுநேரம் திணற அடித்துவிட்டு, மனிதர் அறிந்துகொள்ளவேண்டிய பிரதான விஷயங்களை அவனுக்கு வெளிப்படுத்துகிறார்.

'புலன் ஆற்றல்களுக்கு உட்பட்ட மனிதக் குரலே, சதா அவாவுறும் உள்ளமே, சுவர்களுக்குள்ளே போலச் சிறைப் பட்டு வாழ்ந்தும் உன் புலன்களுடன் ஆத்மாவுக்குத் தீங்கு செய்தும் வருகிறாய் நீ! இறுதியில் இதோ இறங்குகிறேன். அடிக்கடி மாறும் இயல்பின்னும் பயங்கரமானவனும், இனியவனும் நயவஞ்சகனுமானவனும் ஆன யாரோ ஒருவன் உனக்கு நச்சும் அமுதமும் கொடுத்து உன்னை மயக்கி விட்டோடிவிட்டான். இனிநாமிருவரும் சேர்ந்து, குழலையும் அதை ஊதும் இரக்கமற்றவனையும் கைப்பற்றுவோம். மானிடப் புதல்வனே, மணமில்லா மலர்களை உன் வாழ்வுக்குச் சூட்டினாய். துன்புறுத்தும் இன்பங்களை வேட்டையாடினாய்; இதோ நான் வருகிறேன்; நள்ளிரவு சிதறும்; இதோ நான் வருகிறேன்; என் பின்னாலேயே ஞானம் இறங்குகிறது. இடியின் முழக்கம் இடமெல்லாம் நிரம்புகிறது. வலிமை என்னும் தேவதூதன் தன்னுள்ளத்தில் தாங்கிவரும் இன்பத்தை உன் கரத்தில் தரவே வருகிறான். நீ அவளுடைய (இன்பத்தினுடைய) முகத்தை ஒரு குழந்தையின் முகத்தைப் போலவே, அல்லது முழு மலர்ச்சியடைந்த ஒரு மலரைப் போலவே பார்க்கவேண்டும். குற்றமற்றவனும், பழைய ஈடனில் போய் சுதந்தரமானவனுமான நீ அவள் விளையாடுவதைக் குறித்து அஞ்சப்படமாட்டாய். ஒரு பெண் சிங்கம் போல் உன் ஆசைகளையெல்லாம் பற்றி விழுங்கும்போது நீ எப்போதும் வருந்தமாட்டாய். என்னை மயக்கிப் பின் கை விட்டுவிட்டாளே என்று நீ என்னிடம் அழமாட்டாய். ஆகவே, பிருந்தாவனத்திற்கு வா, அதுவே இன்பத்தின் ஆன்மா. மேன்மேலும் வேகமாக வா. ஆண்டை அடிமை அனைவருக்கும் நடக்கும் சியாம நடனத்தில் கலந்துகொள். அந்த நடனத்தை நான் உனக்குக் கற்றுக்கொடுக்கிறேன். உள்ளம் அறிந்து மகிழ, அவனது குழலிசையைப் பின்பற்று. உன்னை அவமதிக்கும் சுகத்திற்கு இணங்கிக் குனியும் இன்பத்தை, பெருமகிழ்ச்சியை, மிதித்தெறி. நடனத்தின் பொருளை நீ அறிவாய். பாட்டையும் பாடகனை யும் ஆழ்ந்தறிவாய். மின்னதிர்ச்சி போல அவன் விரல் துடித்து அதிர்கிறது. பின்னே அதன் சந்தங்களின் இடி முழக்கத்தைக் கேள். பிருந்தாவனத்தின் சலசலப்பையும் யமுனையின் சிரிப்பையும் நீ புரிந்து கொள்வாய். ராசலீலையில் உனக்குரிய

இடத்தைப் பெற்றுப் பின், பரவசானந்தத்தில் உன் பங்கையும் பெறுவாய்.

இங்ஙனமாக, இறைவனின் உதயகன்னியான அஹானாவின் இரக்கத்துடன், அன்பை அதன் தனிச் சிறப்புடன் தெளிவாக உணர்வது ஆரம்பிக்கிறது என நாம் கூறலாம்.

* * * *

# 8
## கடந்த காலப் பாரதத்தின் வெளிப்பாடு

பாரதத் தாய் தன் கடந்தகால வெளிப்பாட்டில் தன் வருங்கால நல்வாய்ப்பு வளத்தைக் காண்கிறாள்.

-ஸ்ரீ அரவிந்தர்

மானிட முன்னேற்றத்தின் அடுத்த பெரிய படிநிலையில் அபிவிருத்தியானது வெறும் பொருள் வளத்தைச் சார்ந்ததாக மட்டுமே இராது; அது ஆன்மிகம், அறம், நடைமுறை ஆகிய துறைகளைச் சார்ந்ததாகவே இருத்தல் வேண்டும். இதன் பொருட்டு ஒரு சுதந்திர ஆசியாவும், அதனுள் ஒரு சுதந்திர இந்தியாவும் தலைமை தாங்கவேண்டும். ஆகவே சுதந்திரம் உலகின்பொருட்டு நாடி முயல்வதற்குத் தகுதி வாய்ந்ததே யாகும். நன்றாகவும் இன்பமாகவும் உயிர் வாழவும், உலகிற்காக அது வாழவும் நாடு சுதந்திரமடைதல் வேண்டும். ஒரு சமுதாயத்தின் பொருள் நலத்திற்காகவும், அரசியல் நலத்திற்காகவும் அடிமையாக வாழவன்று, சுதந்திர மக்களாக இருந்து மக்களினத்தின் ஆன்மிக, அற நலனுக்காக உழைக்கவே அது சுயராஜ்ஜியம் அடையவேண்டும்.

இந்தியா சுதந்திரமடைவதற்காக நடந்த போராட்டத்தின் ஆரம்ப நாட்களில் இந்த அறிக்கை விடப்பட்டது. ஆனால் ஸ்ரீ அரவிந்தர் மேற்கொண்ட பொறுப்பு மேலும் ஆழ்ந்தது. ஆகவே அவர் 'ஆரியா' பத்திரிகையில் எழுதிய எழுத்துக்களின் பெரும் பகுதியைப் பாரத நாட்டின் தொன்னலம் வாய்ந்த, ஆன்மிக உட்பார்வையில் கண்ட காட்சியையும், பிரதிரார்ச்சிதமாக வந்த பண்பாடு, இலக்கியம் ஆகியவற்றின் உட்பொருளையும் விளக்கப் பயன்படுத்தினார். அவை இப்போது கீதைக் கட்டுரைகள், வேதம், இந்தியப் பண்பாட்டின் அடிப்படைகள் என்னும் தலைப்புப் பெயர்களின் கீழ்த் தொகுக்கப்பட்டுள்ளன.

திரு. ஜேம்ஸ் கஸின்ஸ் என்பவர் 'ஆங்கில இலக்கியத்தில் புதுப் போக்குகள்' என்றொரு நூலை எழுதியிருந்தார் அதன் மீது

ஸ்ரீ அரவிந்தர் தம் சிந்தனையுரைகளை எழுதினார். இவை தம் **வருங்காலக் கவிதைக்கு** ஓர் அடிப்படையாக இருந்தன. திரு. வில்லியம் ஆர்ச்சர் என்பவருக்கு இந்தியப் பிதிரார்ச்சிதம் (பாரம்பரியம்) என்னும் விஷயமாக மதிப்பீடு ஒன்றை எழுதுவதற்குத் தம் அசட்டு நம்பிக்கையை விட வேறொரு தகுதியுமில்லை. இதை ஸ்ரீ அரவிந்தரே கூறியிருக்கிறார். இதற்கு சர்.ஜான் உட்ராஃப் பதிலெழுதியுள்ளார். இம்மூன்றும் **இந்தியப் பண்பாட்டின்** அடிப்படைகள் என்னும் நூல் எழுத வாய்ப்பளித்தன.

திரு. ஆர்ச்சர் இந்தியாவின் மிகச் சிறந்த சாதனைகளான மெய்ஞ்ஞான தத்துவம், சமயம், கவிதை, ஓவியம், சிற்பம், திருமறை நூல்கள் ஆகியவற்றையெல்லாம் ஒரு கதம்பமாக்கி இவையாவும் வெறுப்பூட்டும் அநாகரிகப்பிண்டம் என அடியோடு கண்டனஞ் செய்தார். இவற்றின் அபத்தத்தைத் தவறென எடுத்துக் காட்டி மறுத்து, பிரச்சினையின் உண்மையான வாத அடிப்படையை எடுத்துக் காட்டினார் ஸ்ரீ அரவிந்தர்.

> கேட்கப்பட வேண்டிய கேள்வி இந்தியா நாகரிகமடைந்த நாடு தானா என்பதல்ல, அவளுடைய நாகரிகத்தை உருப் படுத்தியதன் கருத்து மானிடப் பண்பாட்டுக்கு வழி காட்டுவதே என்பதல்லவா? உள்ளுயிர், மனம், உடல் ஆகியவற்றின் இணக்கமானது நம் பௌதிக இயற்கையின் அடிப்படையில் அமைந்திருக்கவேண்டுமா? அல்லது, உள்ளுயிரின் பிரதான சக்தியே தலைமை வகித்து புத்தி, மனம், உடல் ஆகியவற்றின் கீழ்த்தர ஆற்றல்களை மிக உயரிய இணக்கத்தையும் வெற்றிகர மானதும் என்றும் முன்னேறுவதுமான மிக உன்னத முயற்சிகள் செய்யக் கட்டாயப்படுத்த வேண்டாமா? இந்தியா தன் பண்டைய லட்சியங்களை மிக ஆற்றலுடனும், மிக நெருங்கிய உறவுடனும், மிகப் பூரணமாகவும் வெளிப்படுத்தும் பொருட்டுத் தன் பண்பாட்டின் வடிவங்களுக்குப் புத்துயிர் அளிப்பதன்மூலம் தன்னைக் காத்துக் கொள்ளவேண்டும். அவள் வலியத்தாக்கவும் வேண்டும், அவளுடைய தாக்குதலானது, இங்ஙனம் விடுவிக்கப்பட்ட ஒளி அலைகள் உலகெங்கும் சுற்றிப் பாய்ந்து விரிந்துகொண்டே செல்ல வழி நடத்தியாக வேண்டும். மிகத் தொலைவான காலங்களில் பாரதநாடு ஒரு சமயம் உலகைத் தன் செல்வாக்கின் பிடிப்பில் கொண்டும் அதன்மீது ஒளிவீசியும் வந்ததல்லவா? கொஞ்ச

காலம் தோற்றத்திலேனும் ஒரு போராட்டம் அல்லது மோதல் இருந்து வந்தது என்பதை ஒப்புக்கொள்ள வேண்டும். ஆனால் அது நேர் எதிரான பண்பாட்டின் தாக்குதல் தொடர்ந்து இருந்து வந்த வரையில்தான். ஆனால் அது மேலைநாட்டு முன்னேற்றமடைந்த சிந்தனையிலிருந்து வெளிப்பட்டு வரும் சிறந்தவற்றிற்கு உதவியாகவே இருக்குமாதலால், அது உயரிய நிலையில் ஓர் ஒற்றுமையின் ஆரம்பமாகவும், ஒருமைக்கு ஓர் ஆயத்தமாகவும் உச்சநிலை எய்தும் ஸ்ரீ அரவிந்தர், இந்தியப் பண்பாட்டின் பல்வேறு அம்சங்களையும், அவற்றின் ஆழ்ந்த ஆன்மிக அடிப்படையையும், சரித்திர வரலாறு அடித்த அடிகளிலிருந்து அவை உயிர் பிழைத்ததையும், காலம் செய்த மாற்றங்களையும் பரிசீலனை செய்கிறார். பல்லூழி காலமாகத் தொடர்ந்து வரும் இந்தியா உயிர் துறந்துவிடவில்லை; அவளது இறுதியான படைக்கும் சொல்லையும் சொல்லி விடவில்லை; அவள் உயிருடனேயே இருக்கிறாள்; அவள் இன்னும் தனக்கும் சரி; மக்களுக்கும் சரிசெய்ய வேண்டிய ஏதோ ஒன்று உள்ளது. இப்போது விழிப்படைய நாட்டங்கொள்ளும் மக்கள் எத்தகையவர்? ஆங்கிலமயமாகிவிட்ட கீழ்த்திசை மக்கள் அல்லர்; மேலைநாட்டினரிடமிருந்து ஆர்வத்தோடு கற்கும் மாணவரல்லர்; ஆயினும் நினைவுக்கு எட்டாத பழங் காலத்தைச் சார்ந்த சக்தியானவள் தன் தருமத்தின் முழுப் பொருளையும் மிகப் பரந்த வடிவையும் கண்டுபிடிக்கவேண்டி, ஆழ்ந்துள்ள தன் ஆத்மாவைத் திரும்பப் பெற்றும், ஒளி, வலிமை ஆகியவற்றின் பரமாம் ஆதி மூலத்தை நோக்கி மேன் மேலும் தன் தலையை மேலே உயர்த்தியும் வருகின்றாள்.

வேதத்தைப்பற்றி 'இந்தியப் பண்பாட்டின் அடிப்படைகள்' என்னும் நூலில் அவர் கூறுவதாவது:

இங்ஙனமாக அறிந்துகொள்ளப்படும் வேதமானது உலகின் முதலாவதான, இன்னும் வழக்கில் இருந்து வருவதுமான, ஒரு திருமுறையாகும். மனிதன், இறைவன், பிரபஞ்சம் ஆகியவற்றின் மிக ஆதியான விளக்கமாகவும் உளது. இது தவிர, அது ஒரு தலை சிறந்த, விழுமிய, ஆற்றல் வாய்ந்ததொரு கவிதா சிருஷ்டியும் ஆகும். தன் உருவிலும் பேச்சிலும் அது அநாகரிகமானதொரு படைப்பு ஆகாது. வேதக் கவிகள் முழு நிறைவான கலை நுட்பம் அறிந்தவர்கள். அவற்றின் ஓசை நயங்கள் தேவர்களின்

ரதங்களைப் போன்று உருவாக்கப்பட்டுள்ளன. தெய்விகமான, அகலமான ஒலி இறக்கைகள் கொண்டு செல்லும் அவை ஒருமுகப் பட்டனவாயும், அகன்ற தெளிவுடையனவாயும், இயக்கத்தில் முளைத்த சிறப்புடையனவாயும், வலுவும் மெலிவும் என்று சொல்லப்படும் இசைக்கூறுபாட்டில் நுண்ணயம் வாய்ந்தனவாயும், அவற்றின் பேச்சில் உணர்ச்சி மிகுந்திருப்பதால் தன்னுணர்ச்சிப் பாடலின் தன்மை வாய்ந்தனவாயும், ஏற்றத்தினால் காவியத்தின் தன்மையை அமைவனவாயும் உள்ளன. ஒரு **புனிதமான, குருமார் வழக்குரிய** சமயமரபுகள் உள்ளனவாகப் பின்பற்றப்பட்டன. இதுவே அவற்றிற்கு உருவும் பொருளும் அளித்தது. அவற்றின் பொருளில் மானிடான்மாவினால் கூடுமான மிக ஆழ்ந்த உள, ஆன்மிக, அனுபவங்கள் அடங்கியுள்ளன. உருவங்கள் அபூர்வமாகவே நடைமுறை மரபின் இழிநிலையை அடைந்தன. அவை என்ன அறிவிக்கக் கருத்தில் கொண்டனவோ அதை ஒவ்வொரு கவியும் தன்னுள் வாழ்ந்து காட்டினான். தன் தனி அகவிழியில் கண்ட நுட்பங்களையும் விழுமிய நிலையை அடைந்த பொருள்களையும் வெளிப்படுத்துகையில் தன் மனத்தில் அவற்றைப் புதுமை செய்தான், பெருமைமிக்க தீர்க்க தரிசிகளான விசுவாமித்திரன், வாமதேவன், தீர்க்கதமஸ் ஆகியோரும் மற்றும் பலரும் வாய்விட்டு உரைத்த உரைகள் மிக விழுமிய, ஆன்மிகச் சார்பான கவிதையின் பொதுநிலை மிகக் கடந்த உச்சிகளையும் விரிவுகளையும் தொடுகின்றன. தளராமல் தொடர்ந்துவிடும் மூச்சுடன் இடைவிடாமல் உபநிடதங்கள் வாழ்ந்துவந்த சிந்தனையின் சிகரங்களில் படைப்புத் துதியானது ஆற்றல் வாய்ந்த தெளிவுடன் இயங்கு கிறது. பண்டைய பாரதத்தின் மனம் தன் மெய்ஞ்ஞான தத்துவம், சமயம், பண்பாட்டின் மூலாம்சங்கள் ஆகியவற்றை தீர்க்கதரிசனம் வாய்ந்த இக்கவிகளின் சுவடுகளில் தேடிக் கண்டுபிடித்தது பிழையாகாது. ஏனெனில், அவளுடைய மக்களின் வருங்காலத்தில் ஆன்மிகம் யாவும் விதையுருவிலோ, முதல் வெளிப்பாட்டிலோ அடங்கியுள்ளன. 'வேதத்தைப்பற்றி' என்ற நூல், "வேத ரகசியம் என்பதொன்று இன்றும் உளதோ?" என்ற கேள்வியுடன் தொடங்குகிறது. அது இந்த ஆய்வுப் பொருளை விரிவாக விளக்கஞ் செய்து பல துதிப் பாடல்களை உரையுடன் விளக்குகிறது. கீதைக் கட்டுரைகள்

என்பது இந்தியக்கல்விச் செல்வங்கள் பற்றிய மற்றொரு பெரு நூலாகவும், பலரின் கருத்தின்படி மிக முக்கியமானதாகவும் விளங்குகிறது; கீதை மிகவும் வியக்கத்தக்க முறையில் நீண்ட காலமாக வழங்கி வரும் ஒரு நூலாகும். அது இன்றும் முன்போலப் பெரும்பாலும் மங்காமலும் புதுமை வாய்ந்ததும் விளங்கி வருகின்றது. அதன் உண்மைப் பொருள் முன்போல இன்றும் புதியதாகவே உள்ளது. ஏனெனில் அது மகாபாரதத்தின் அமைப்புக்குள் முதலில் தோன்றிய காலத்தில் இருந்து வந்ததைப் போலவே என்றும் அனுபவத்தில் புதுப்பித்துக் கொள்ளக்கூடியதாகவும் உள்ளது. இந்தியசமய சிந்தனை மீது அதிகாரபூர்வமாக ஆட்சி செலுத்தும் மகத்தான சித்தாந்தங்களில் ஒன்றாக அது இன்றும் ஏற்றுக்கொள்ளப் படுகிறது. சமய நம்பிக்கைகளில் நுண்ணிய வேறுபாடுகள் அல்லது கருத்து வேற்றுமைகள் உடையவர்களால் பெரும்பாலும் ஏற்றுக்கொள்ளப் படாவிடினும் அதன் போதனைகள் மிகமிக மதிப்புடையவை என அனைவராலும் ஒப்புக்கொள்ளப்படுகின்றன. அதன் செல்வாக்கு வெறும் மெய்ஞ்ஞானத்தையோ கலைஞானத்தையோ சார்ந்ததாக இராமல் நெருங்கியதும் நேரடியானதும் ஜீவனுடையதாகவும் உள்ளது. அது சிந்தனைமீது மட்டுமல்ல, செயலின் மீதும் செல்வாக்கு செலுத்துகின்றது. அதன் கருத்துக்கள் ஒரு சமுதாயத்தினுடையவும் பண்பாட்டினுடையவும் மீட்டெழுச்சியிலும் புதுப்பிப்பதிலும் உண்மையாகவே ஆற்றல் வாய்ந்ததும் உருப்படுத்தி வருவதுமான அம்சமாக உண்மையில் செயலாற்றி வருகின்றன. கீதையினிடமிருந்து நாம் கேட்பதென்ன? அது நமக்குத் தேவையானதுதானா? தெய்விக ஆசாரியன் யார்? மானிட சீடன் யார்? கீதைப் போதனையின் உண்மைப் பகுதி என்ன? அதன் பரமரகசியந்தான் என்ன? பல கேள்விகளுக்கு இடையே உள்ள இவற்றிற்குக் கீதைக் கட்டுரைகள் பதிலளிக்கிறது.

* * * *

## 9

## தெய்விக வாழ்க்கையின் மாபெருஞ் செய்தி

*ஆசிய மேதையையும் ஐரோப்பிய மேதையையும் ஒன்றோடொன்று பொருத்தியும் இணைத்தும் பரிபூரணமாக்கிய மகான் ஸ்ரீ அரவிந்தர் இதோ வருகிறார்... பாரத மகரிஷிகளின் பரம்பரையில் கடைசியாக வந்த அவர் படைக்கும் ஆற்றலுடைய வில்லைத் தம் கரத்தில் தளரவிடாமல் கெட்டியாகப் பிடித்திருக்கிறார்.*

*(ரொமேன் ரோலந்(து)*

நம் வாழ்க்கைக்கு ஆழ்ந்ததொரு பொருள் உண்டா? அடைய வேண்டிய குறிக்கோள் ஒன்று உளதா? ஆம் என்றால் அக்குறிக்கோள் தான் என்ன? சாககாடு என்பது தவிர்க்க முடியாத கடைசி முடிவு என்றால், வாழ்க்கையின் பிரச்சனைகள், மனவேறுபாடுகள், சச்சரவுகள் ஆகியவற்றிற்கு எதிராக எரிச்சலூட்டும் சண்டைகளை நாம் போடுவதற்கு நியாயம் எங்குள்ளது? இறைவன் நற்குணமுடையவன் என்றால், அவனே இவ்வுலகின் சிருஷ்டி கர்த்தன் என்றால், அவனது படைப்பு இவ்வளவு குறைபாடானதாக இருப்பது ஏனோ?

இக்கேள்விகளுக்குரிய பதில்களை நம் பதில்களை நம் பல்கலைக்கழகப் படிப்பிலிருந்து பெறுவதில்லை. செல்வம், அதிகார பலம் ஆகியவற்றின் மூலமாகவேனும், வறுமை, தியாகம் ஆகியவற்றின் மூலமாகவேனும் நாம் பெறுவதில்லை. ஆயினும், கேள்விகள் என்னவோ கவர்ச்சி வகையில் தவிர்க்க முடியாத வலிமையுடன் நம்மை ஈர்க்கின்றன.

### உலகம் ஒரு மாயத் தோற்றமா?

உலகம் ஒரு மாயத் தோற்றமென, அத்தனை சொற்களிலும், எத்தனையோ தடவை சொல்லக்கேட்டிருக்கிறோம். உலகம் இன்றுள்ள நிலைமையில் அது பெரும்பாலும் ஒரு மாயையாகவோ, உண்மைக்கு அப்பாற்பட்டதாகவோ ஒருக்கால் இருக்கலாம். ஆனால், உண்மையை உணர்வதற்காக உலகத்தைத் துறக்க வேண்டியதாக இருந்தால்,

கடவுள் அதைப் படைத்ததேன்? தான் உலகின் ஒரு பகுதியாக இருக்க, எவனேனும் அதை உண்மையாகத் துறக்க முடியுமா?

வெகு காலத்திற்கு முன், தருமம் ஒரு தடவை யுதிஷ்டிரனுக்குக் கேள்வியொன்று போட்டது; அற்புதங்கள் யாவற்றினும் மிகப் பெரியது எது? யுதிஷ்டிரன் பதிலளித்ததாவது: எத்தனையோ பேர் ஒருநாள் தவறாமல் யமலோகம் செல்கின்றனர். ஆயினும், உயிருடன் இருப்போர், தாம் என்றென்றும் ஜீவித்திருக்கப் போவதாகவே எண்ணியும் செயல்புரிந்தும் வருகின்றனர்! இதைவிடப் பெரியதோர் அற்புதம் யாது?

யுதிஷ்டிரருக்குப் பல நூற்றாண்டுகளுக்குப் பிறகும் இந்த அற்புதம் இன்னும் வலுவடைந்து வருகிறதென்றால் அதுவும் ஓர் அற்புதமே. மரணமில்லா வருங்காலம் ஒன்றுண்டு என்பதன் முன்னுணர்வு ஒன்று மானிட உணர்வின் உள்ளிடத்தில் மறைந் திருக்கக் கூடாதா? உருக்குலைந்தும் முடமாக்கப்பட்டும் உள்ள அது வாழ்க்கையின்பால் குருட்டுத்தனமானதொரு பற்றாக, அறியாமை மூலம் வெளிப்படுகிறதெனச் சொல்லலாமல்லவா?

உலகத் துன்பத்திற்கு அளவே கிடையாது. ஆயினும் மானிடன் அதை விடாமல் பற்றிக்கொண்டேயிருந்தான். உலகம் பாழாக்கப்பட்ட ஒவ்வொரு தடவைக்குப் பிறகும், ஊழிப் பெருவெள்ளம் ஏற்பட்ட ஒவ்வொரு தடவைக்குப் பிறகும், அதைப் புனர் நிர்மாணம் செய்து கொண்டே வந்தான். வெற்றிகொள்ளும் இந்த ஆற்றலின் ரகசியந்தான் என்ன? இன்ப வாழ்க்கை வாழ்வதும், அமைதியாகச் சாவதும்- இதுவே அவனது ஆர்வத்தின் உச்ச நிலையாக இருக்கக் கூடுமா? உலகம் இன்றுள்ள நிலையே தனக்குக் கடைசிச் சொல்லாக இருக்க முடியாது. சமூக அரசியல் பிரச்சனைகள், உடல் சம்பந்தமான நோய்கள் ஆகியவை இல்லாத ஓர் இன்ப வாழ்க்கை நமக்கு உறுதியாக வாக்களிக்கப்பட்டிருப்பினும், அதுவே மானிட ஆர்வத்தின் கடைச் சொல்லாக இருக்க முடியாது.

**தெய்விக வாழ்க்கை** என்னும் 'வசன மகாகாவியத்தில்; பேருணர்வினுடைய பரிணாமத்தின் தன்மை, இறுதியான, ஆதி காரணமான மெய்ப்பொருளின் தன்மை, உடல் உயிர் மனம் எனும் மூவித வாழ்க்கை கொண்ட பிரபஞ்சத்துடன் அது கொண்ட தொடர்பு ஆகியவற்றைப் பொறுமையாக ஆராய்வதன்மூலம் ஸ்ரீ அரவிந்தர் இறுதியான மெய்ப்பொருளுக்கும் பிரபஞ்சத்திற்கும்

இடையேயுள்ள இணைப்பான விஞ்ஞானப் பேருணர்வு நிலையை (சூப்பர் மைண்ட்)[1] எங்ஙனம் காண்பது என்பதை விளக்கிக் கூறுகிறார். அப்படிச் செய்கையில், மனிதனை நிலைகுலைவிக்கும் முக்கியமான முக்கியமான பிரச்னையை அவர் புத்தாய்வு செய்யாமல் விட்டு விடவில்லை நம் உலகம் - இவ்வுலகில் நம் வாழ்க்கை - வேறுபட்டதோர் வருங்காலத்தில் நுழைந்தாக வேண்டும். இந்த பூவுலக வாழ்க்கையில் உருமாறுதல் ஒன்று நம்மை எதிர்நோக்கி நிற்கிறது.

**அஞ்ஞானத்திலும் ஞானம் மறைந்துள்ளது**

இது அஞ்ஞான மயமான உலகம். ஆகவே, தொலைவிலுள்ள ஒரு தேவலோகத்திற்குப் பாய்ந்து செல்வதனாலேயே அத்தகைய உருமாறுதல் ஏற்படக் கூடும்; வேறு எந்தவிதமாகவும் அந்த உருமாறுதல் ஏற்படாது. உள்ளத்தில் உறையும் சைத்தியப் பொருளும்[2] தன்னிலேயே அஞ்ஞானமுடையது. ஆதலால் முழு முதற்

---

[1]Supermind என்பது மிக உயரிய உணர்வு நிலை,விஞ்ஞானம் என உபநிஷதங்கள்கூறும் இவ்வுயரிய உணர்வு நிலையில் ஒருமையே ஆட்சி செலுத்துகிறது. நான் எனது என்ற அகந்தை, பிரிவினை உணர்வுக்கு அங்கே இடமில்லை.

-மொழிபெயர்ப்பாசிரியர்

[2]மனிதனின் உள்ளத்தில் இறைவனின் தனிச்சிறப்புடைய அம்ச மொன்று, தனிச் சொரூபமொன்று உறைகிறது. தெய்வ சித்தத்தின் சுடர்ப்பொறியே அது. உலக இயற்கைக்கு உட்பட்டதன்று அது, அது தெய்வ ஆதிக்கத்திற்கு நேராக உட்பட்டதோர் அம்சமாகும், அதை நம் வேதங்களும் உபநிடதங்களும், அவற்றின் உட்பொருளை நன்குணர்ந்த ஸ்ரீ அரவிந்தரும் சைத்தியம் என்பர். மானிட உள்ளத்தில் உறையும் இது ஆண்டவனின் சித்தத்தின்படியே தொழிற்படுகின்றது. படைப்பு ஆண்டவனின் திருவிளையாடல், அவன் படைத்துத் தரும் உலகம் அஞ்ஞான மயமான உலகந்தான், உடல் உயிர் மனம் என்னும் சிற்றுணர்விலும் பிரிவினை உணர்விலும் மனிதன் என்றென்றும் உழன்று வரவேண்டும் என்பது அவனது நோக்கமன்று. மேன்மேலும் விரிந்தும் உயர்ந்தும் செல்லும் உணர்வு நிலைகள் (Planes of Consciousness) ஏழு உள்ளன. சூப்பர்மென்ட்டல் உணர்வு நிலை

பொருளில் கலந்துவிடுவதன் மூலமாகவே ஆன்மா அதனிடத்தைப் பெற்றாக வேண்டும் - இதுவே மாயாவாதிகளின் வாதம். இந்த வாதத்தில் முடிவான வாய்மை உறுதிப்பாடு இல்லை. அஞ்ஞானம் உலக வெளிப்பாட்டின் முழுப் பொருளாகவோ, ஆதாரமுக்கியமானதொரு பகுதியாகவோ இல்லை. அப்படி இருந்தால்தான் இந்த முடிவு ஒப்புக் கொள்ளத்தக்கதாகும். அஞ்ஞானம் என்பது உலக இயற்கையின் ஒரு பகுதியேயாகும்; அது அதன் முழுமையாகாது. அது ஆதி சக்தியு மல்ல, சிருஷ்டியுமல்ல. அது தன் உயரிய முதல் நிலையில் தானே வரம்புக்கு உட்படுத்திக்கொள்ளும் ஞானமாகும். தன் கீழ்த்தர முதல் நிலையில்கூட அது சடமயமான, முற்றும் உணர்வற்ற நிலையில் கூட அது சடமயமான, முற்றும் உணர்வற்ற நிலையிலிருந்து[3] வெளிவந்ததாகும். ஒடுக்கப்பட்ட உணர்வேயான[4], அது தன்னைக் கண்டு கொள்ளவும், தன் முன் நிலையை மீண்டும் கைவறப் பெறவும், தன் உண்மை இயல்பான ஞானத்தை வெளிப்படுத்தவும் பெரிதும் உழைத்து வருகின்றது. விசுவமனத்திலும்[5] நம் மனத்திற்கு மேலேயுள்ள தொடர்கள் அல்லது தொகுதிகள் உள்ளன. இவை பிரபஞ்ச அறிவுக் கூற்றின் கருவிகள். மனோமய புருஷன்[6] இவற்றினுள் தடையின்றி

---

(விஞ்ஞான உணர்வுநிலை) தான் உணர்வு நிலைகளின் சிகரம். இந்நிலையில்தான் மானிடம் இறைவனோடு ஒன்றுப்படுகிறான். இந்நிலையில் ஒருமையுணர்வே நிலவுகிறது. இந்நிலையை மானிடன் அடைந்து தெய்வ மனிதனாகப் பரிணாமம் அடையவேண்டும் என்பதே ஆண்டவன் திருவுள்ளக் கருத்து. இக்கருத்து நிறைவேற அவன் பல வழிகள் அமைத்துள்ளான். அவற்றிலொன்று சைத்தியம். அவனது சைதன்னியம் அஞ்ஞான மானிடனின் உள்ளத்திலும் உறைகிறது. மானிடனுடைய உடல் உயிர் மனத்தைக் கருவிகளாகக் கொண்டும், அவற்றின்மீது தன் செல்வாக்கைச் செலுத்தியும் பரிணாமப் பாதையில் ஏறிச்செல்ல உதவுகின்றது. இச் சைத்தியமே வளர்ந்து சைத்திய புருஷனாக Psychic being ஆக மலர்கிறது. மாயாவாதிகள் இத்தகைய தெய்வாம்சத்தை அஞ்ஞானமுடையது என்கிறார்கள்; ஆண்டவனின் திருவிளையாடலை அறியார்.

-மொழிபெயர்ப்பாசிரியர்

[3] முற்றும் உணர்வற்ற நிலை - Inconscient.
[4] ஒடுக்கப்பட்ட உணர்வு - Suppresed Consciousness.
[5] விசுவ மனம் - Universal Mind.

எழக்கூடும். ஏற்கனவே அது அசாதாரமான நிலைமைகளில் அவற்றை நோக்கி எழுகிறது; அல்லது, அவற்றினின்று அந்தர் ஞானங்களை[7] அவை எவையென அறியாமையிலேயே பெறுகின்றது. அந்தர் ஞானங்கள் மட்டுமா, ஆன்மிக அறிவிப்புக்கள், ஒளி விளக்கங்கள், உட்பாய்வுகள், ஆன்மிக அறிவுத்திறன் திரண்டு பாய்தல் ஆகிய யாவும் அவற்றினின்று வருகின்றன. இத்தொடர்கள் யாவும் தமக்கு அப்பால் உள்ளவற்றை உணர்கின்றன. அவற்றில் மிக உயர்வானது. விஞ் ஞான உணர்வுக்குத்[8] தன்னை நேராகத் திறந்து கொள்கின்றது. அது தன்னை மிஞ்சியுள்ள உண்மை உணர்வை[9] உணர்வால் அறிகிறது. அன்றியும் பரிணாமம் அடைந்துவரும் ஜீவனிலேயே இவ்வுணர்வின் பெருஞ்சக்திகள் தம்மை மறைக்கும் செயலில் உள்ளீடான இந்த மன-உண்மையை[10] ஆதரித்து இங்கேயே உள்ளன. இந்த விஞ் ஞான உணர்வும் இவ்வுண்மைச் சக்திகளும்[11] தம் ரகசியமான சாந்நித்தியத்தால் இயற்கையைத் தாங்குகின்றன. உண்மை மனமும் அவற்றின் வினைபயனே. ஒரு குறுகிய செயற்பாடே அரை குறையான உருவங்களில் ஒரு கருத்துருவே. ஆகவே வாழ்க்கையின் இவ்வுயரிய சக்திகள் உயிரிலும் உடலிலும் வெளிப்பட்டது போலவே, மனத்திலும் வெளிப்படுவது இன்றியமையாததாகும்.

உரிய வாழ்க்கையொன்றை அடைவதற்கு மானிடனிடமே, அவன் உணர்ந்தோ, உணராமலேயோ இருந்து வருகிறது என்பதை மறுப்பதற்கில்லை. மேலும்:

**உணர்வின் பரிணாமம்**

நாம் சடத்திலுள் பிறவி எடுக்கிறோம். இதன் மறைவான உண்மை, என்ன? ஆன்மா[12] சுருள் அவிழ்ந்து தன் மனம் படிப்படியாகத் திறந்துகாட்டி வளர்ச்சியுறுகிறது

---

[6] மனோமய புருஷன் - Mental Being.

[7] அந்தர்ஞானங்கள் - Intuitions.

[8] விஞ்ஞான உணர்வு - Supermind.

[9] உண்மை உணர்வு - Truth Consciousness.

[10] மன உண்மை - Mind Truth.

[11] உண்மை-சக்திகள் - Truch Powers.

[12] ஸ்ரீ அரவிந்தரின் மாபெருநூலான தெய்விக வாழ்க்கையிலிருந்து பல நீண்ட பகுதிகளைப் பிரித்தெடுத்து இந்த அத்தியாயத்தில் நமக்கு அளித்திருக்கிறார் மூல நூலின் ஆசிரியர். ஆங்கில மொழி அறிவோரும்

*என்பதேயாம். இயற்கையில் நடந்து கொண்டிருப்பது சிறப்பாக, உணர்வின் பரிணாமமேயாம். அப்படியானால், இன்றைய நிலையிலுள்ள மானிடன் அந்த பரிணாமத்தின் இறுதிப் பருவத்தில் இருப்பவன் எனக் கருதிவிட முடியாது. அவன் சித்துருவின் ஒரு வெளிப்பாடு ஆவதற்குரிய நிறைவை இன்னும் அடையவில்லை. மனமுங்கூட இன்னும் வரம்புடைய ஒரு வடிவமாகவும் கருவியாகவுமே உள்ளது; மனம் இன்னும் உணர்வின் இடைப் பருவத்திலேயே உள்ளது. மனோமய புருஷன் இடைக் காலத்தைச் சார்ந்தவையாகவே இருக்கமுடியும். மானிடன் மனத்தை மிஞ்சி அதற்கப்பால் செல்ல முடியாததாயின், அவன் மிஞ்சிவிடப்பட வேண்டியவனே, மாமனிதன் (சூப்பர்மேன்) வெளிப்பட்டுப் படைப்புக்குத் தலைமை தாங்க வேண்டும். ஆனால் அவனுடைய மனம் தன்னை மிஞ்சும் "விஞ்ஞான" த்திற்குத் தன் உள்ளத்தைத் திறக்கக் கூடியவன். ஆனால் மானிடன்தானே விஞ்ஞானத்தை (சூப்பர்மைண்ட்) அடைய முடியாது என்பதற்கு யாதொரு ஆதாரமுமில்லை. அவனுடைய உயிரும் உடலும் மனமும் பரிணாமமடைந்து இயற்கையில் வெளிப்பட்டு வரும் சைதன்னியத்தின் பேருணர்வுநிலையை எட்ட முடியாது என்பதற்கு யாதொரு காரணமும் இருக்க முடியாது.*

இடைக்கால வழிமுறை ஏற்கனவே செயற்பட்டு வருகிறது. மானிட வாழ்க்கையின் எல்லாத் துறைகளிலும் அனுபவித்துவரும் சிக்கலான, கடுமையான நெருக்கடியின் தன்மையை அவர் விளக்குகிறார்:

**பரிணாம நெருக்கடி**

*இப்போது மக்களினம் ஒரு பரிணாம நெருக்கடியில், அகப்பட்டுக் கொண்டிருக்கிறது. தன் தலை விதியின் போக்கைத் தன் விருப்பப்படி தேர்ந்தெடுத்துக்கொள்ளும் உரிமை அந்நெருக்கடியிலேயே மறைந்திருக்கிறது. இன்று மக்களினம் ஒரு நிலையை அடைந்துள்ளது. அந்நிலையில், மானிட மனம் சில திசைகளில் மிகப் பெரிய அபிவிருத்திகளை அடைந்துள்ளது. வேறு திசைகளிலோ அது தடை செய்யப்படும் மனம் குழம்பியும் மேலும் தன்வழி காணமுடியாமலும் அப்படியே நின்றுவிட்டது. உடல் உயிர் மனத்தின் உரிமைக் கோரிக்கைகள், உந்தும் அவாக்கள் ஆகியவற்றைத் திருப்தி செய்வதற்கான பணிகள் செய்ய சிக்கலான, அரசியல், சமூக,*

நிர்வாக, பொருளாதார, கலாச்சார அமைப்புகள், மக்களின் அறிவு, மனவெழுச்சி, கவின்கலைத் தத்துவம், பொருள்களின் தேவை ஆகியவற்றைத் திருப்தி செய்வதற்குரிய ஒழுங்காக அமைந்த பொது நிறுவனங்கள் இவையெல்லாம் நிர்வகிக்க முடியாத பேரளவு கொண்டனவாயும், சிக்கல் வாய்ந்தனவாகவும் உள்ளன. புறவாழ்க்கைக்கான இக்கட்டமைப்பு மானிடனின் என்றும் சுறுசுறுப்பான மனத்தினாலும் உயிருள்ள திடசித்தத்தினாலும் எழுப்பப்பட்டவை. ஆனால், மானிடன் ஆக்கித் தந்துள்ள இந்நாகரிக முறை அவனுடைய வரம்புள்ள

இவற்றின் உட்பொருளைக் கிரகிப்பதில் பெரிதும் சிரமப்படக் கூடும். தமிழில் மொழிபெயர்க்க வேண்டிய என் பணியோ மிகவும் கஷ்டமானது. பல்லாண்டுகளாக ஸ்ரீ அரவிந்தரின் மெய்ஞ்ஞானத் தத்துவங்களைத் தமிழ்ப்படுத்துவதில் ஈடுபட்டுவரும் அடியேன் என் பணியில் வெற்றியடைந்து விட்டேன் எனச் சொல்ல முடியாது. தமிழ்வாசகர்கள் மன்னிக்க வேண்டும். குறித்த இடத்தில் ஸ்ரீ அரவிந்தர் படைப்பின் ரகசியங்களை எடுத்துச் சொல்கிறார். அவற்றை நன்கறிய அவர் கூறியுள்ள உட்கொண்டிருத்தல் (involution) பரிணாமம் (evolution) என்னும் இரு முறைகளையும் தமிழ் வாசகர்களுக்குச் சுருக்கமாக விளக்கம் செய்ய முயல்கிறேன். படைப்பு ஆண்டவனின் திருவிளையாடல், யாதொரு தொடர்புமின்றித் தான் தானாக இருக்கும் முழு முதற் கடவுள் (the absolute divine) புதிய அனுபவங்கள் பெறப் படைக்கிறான். யாவும் அறியும் அவன் அஞ்ஞானத்தில் மூழ்கிய மட்டமான பொருள்களைப் படைக்கிறார். அவன் தன்னுள் அடங்கியவற்றையே படைக்கிறான். அப்படைப்புப் பொருள்களிலும் உள்ளிருக்கிறான். ஆனால் படைப்புப் பொருள்கள் அதை அஞ்ஞானம் காரணமாக உணராமல் அவனிடமிருந்து பிரிந்து நிற்கின்றன. முதலில் படைத்தது சடம். சடம் உணர்வற்றது ஆயினும் அதனுள் ஆண்டவனின் உணர்வு ஒளி வீசுகிறது. அதனால்தான் சடம் உயிராகப் பரிணமிக்கிறது. உயிரில் மனம் அடங்கியுள்ளது. ஆதலால் உயிர் மனமாகப் பரிணமிக்கிறது. மனம் மேலும் உயர்ந்த பரிணாமப் படிகளில் ஏறவேண்டும். மனம் உயர் மனமாகவும் ஒளிமனமாகவும் அந்தர்ஞான மனமாகவும் இறுதியில் “விஞ்ஞானம்” என்ற மிக உயர்ந்த உணர்வு நிலையை எட்ட வேண்டும். இதுவே ஆண்டவனின் திருவுள்ள கருத்து.

-மொழிபெயர்ப்பாசியர்.

மனத் திறமையினாலும் அறிவினாலும் சமாளிக்க முடியாத அளவு பெரிதாய்விட்டன. அவனுடைய அகந்தை காரணமாகப் பெரும்பிழைகள் ஏற்படுகின்றன. அது தன் தேவைகளைத் தீர்த்துக்கொள்ளப் பேராவல் கொள்கிறது. இத்தகைய அகந்தையின் மிக அபாயகரமான ஊழியனைப் பயன்படுத்துவதற்கும் நிர்வகிப்பதற்கும் தேவையான ஆன்மிக, அறத்திறமையும் அவனிடம் மிகக் குறைவாகவே உள்ளன. அவனது உணர்வின் மேற்பரப்பிற்குத் தீர்க்க தரிசனம் வாய்ந்த பெரிய மனமோ, ஞானத்தின் அந்தர்ஞான ஆத்மாவோ இன்னும் வரவில்லை. அவை வந்தால்தான் தன்னை மிஞ்சிய ஏதோ ஒன்றின் சுதந்திரமான வளர்ச்சிக்கு இந்த அடிப்படையான நிறைவாழ்க்கை ஒரு நிபந்தனையாகும். இப்புதிய நிறைவு மானிடனை அவனுடைய பொருளாதார, உடல் தேவைகள் திருப்தியடையாமல் இருப்பதால் ஏற்படும் இடைவிடாத அழுத்தத்திலிருந்து விடுவிக்கும் தன் சக்தியால் சாதாரண சட வாழ்க்கையை மிஞ்சிய இதர, மிகப்பெரிய நோக்கங்களைப் பின்பற்றுவதற்கும், உயரிய உண்மை, நன்மை, அழகு ஆகியவற்றைத் தேடிக் கண்டுபிடிப்பதற்கும் குறுக்கிட்டு, நம் ஜீவனின் உயரிய நிறைவுக்கு வாழ்க்கையைப் பயன்படுத்தும் மிக உயரிய தெய்விகச் சித்துருவைக் கண்டு பிடிப்பதற்கும் வாய்ப்பளிக்கிறது. ஆனால் அது புதுப்புது தேவைகளைப் பெருக்குவதற்கும் கூட்டு அகந்தைப் வலியத் தாக்கும் கருத்துடைய விஸ்தாரத்திற்குமே பயன்படுத்தப்பட்டு வருகின்றது. அதே சமயத்தில் விஞ்ஞான (பௌதிக) சாத்திரம் அவனுடைய திட்டப்படிச் செய்ய விசுவ சக்திகளின்[13] பல ஆற்றல்களை அளித்துள்ளது. அது மானிட வாழ்க்கையை ஒன்றுபடுத்தியுள்ளது. ஆனால் இந்த விசுவ சக்தி இத்தனி மனிதனிடமும், சமுதாய அகந்தையிடமும் அறிவு ஒளியிலோ, இயக்கத்திலோ, விசுவமயமான, எதையும் காணவில்லை. ஒன்றிவரும் இம்மானிட உலகில் யாதொரு உள்ளறிவோ, படைக்கும் ஆற்றலோ, உண்மையான உயிர் ஒருமையோ, மனஒற்றுமையோ, ஆன்மிக ஒருமையோ காணவில்லை. ஒன்றோடொன்று மோதிக்கொள்ளும் மனக்கருத்துக்கள் செய்யும் பெருங்குழப்பம், தனிமனிதருடையவும் கூட்டாக

---

[13] விசுவ சக்திகள் - Universal Forces.

வாழ்வோருடையவும் உடல் தேவைகள் பிராணம்[14] கேட்டும் உரிமைகளும் வற்புறுத்தும் விருப்பங்களும், அறியாமை தூண்டி விடும் மனவெழுச்சிகளும் ஆசைகளும் இவையே அங்கேயுள்ள யாவும். தனி மனிதர்கள், வகுப்புக்கள், சமுதாயங்கள் யாவரும் தாம் திருப்தியடைய நாடுகின்றனர். அரசியல் சமுதாய பொருளாதார மேடைகளில் பல விதமான போர்க்குரல்கள் எழுப்பப்படுகின்றன. இவை அனைத்து நோய்க்கும் மருந்தெனக் கட்சியினர் முழக்கம் செய்வர். இக்கொள்கையின் பொருட்டு மக்கள் பிறரை ஒடுக்கவோ அல்லது தாமே ஒடுக்கப்படவோ, கொல்லவோ, கொல்லப்படவோ, தயாராக இருப்பர். இதன் பொருட்டுத் தம்மிடம் தரப்பட்ட பொருள் யாவற்றையும் செலவழிப்பர். லட்சியத்தை அடைய இதுவே வழி என நம்புவர். மானிட வாழ்க்கை, மானிட மனம் இவற்றின் பரிணாமம் மேன் மேலும் அதிகரித்துவரும் விசுவத் தன்மையை நோக்கியே இன்றியமையாது செல்ல வேண்டும். ஆனால் கூறு கூறாகப் பிளந்து வேறுபடுத்தும் மனம், அகந்தை ஆகியவற்றின் அடிப்படையிலேயே விசுவத்தின் பால் இந்தத் திறவு அல்லது மலர்ச்சி ஏற்படுமானால், இது ஒன்றோடொன்று பொருந்தாத கருத்துக்களையும் திடீர் உணர்ச்சிகள், உந்தும் வேகங்கள், மிகப்பெரிய சக்திகள், விருப்பங்கள், ஒரு பெருவாழ்வைச் சார்ந்த, ஜீரணிக்கப்படாததும், ஒன்றோடொன்று கலந்து விட்டதும் ஆன உடல் உயிர் மனத்தில் பொருள்களைக் கொண்ட குழம்பிய பலவகைத் திரண்ட இவையெல்லாம் பெரிய அளவில் ஒரு தூய்மைக் கேட்டையே உண்டாக்கும். சிருஷ்டிக்கும் சக்தியுடையதும், ஒன்றோடொன்று இணைத்துச் சமரசம் ஒன்றை உண்டாக்கித் தருவதுமான ஆன்மி ஒளி இப்பெரு வாழ்வை மேற்கொள்ளாததே காரணம். அதனாலேயே அகில உலகமெங்கும் நிலவும் ஒரு கலக்கத்திலும் பிணக்கிலும் உழல வேண்டியுள்ளது. இவற்றிலிருந்து மிகப் பெரிய இணக்கமான தொரு வாழ்வை நிர்மாணிக்க முடியாது.

## இறைவன் தன்னை வெளிப்படுத்திக் கொள்வதற்கான வாய்ப்பு

நினைவுக்கெட்டாத மிகப் பழங்கால முதல் மனிதனின் பல்வேறு ஆன்மிக விசாரங்களைக் கூர்ந்து நோக்கிய ஸ்ரீ அரவிந்தர் அவை

[14] பிராணம் - Vital.

எங்ஙனம் தவிர்க்க முடியாது தம் உச்சநிலையை, முடிவை, அடைந்தன என்பதைக் காட்சி போல நமக்கு அளிக்கிறார். இறுதியில், பொருள்களில் உள்ள இறைவன் தன்னை வெளிப்படுத்திக் கொள்வதற்கான வருங்கால வாய்ப்பையும் கூறுகிறார் விவரிக்கப்படும் உருமாறுதல் முறை ஒவ்வொரு படியிலும் ஓர் ஒளி விளக்கமாகவே திகழ்கிறது.

**மூவித உருமாறுதல்**

மனத்திற்கும் சூப்பர்மைண்ட் எனப்படும் 'விஞ்ஞான' உணர்வு நிலைக்கும் இடையேயுள்ள பிளவு நிறுவப்படவேண்டும்; மூடப் பட்ட வழிகள் திறக்கப்படவேண்டும்; இப்போது ஒரே வெறுமை யாகவும் மோனமாகவும் உள்ள இடங்களில், ஏறுவதற்கும் இறங்கு வதற்குமான பாதைகள் அமைக்கப்பட வேண்டும். மூவித உருமாறுதல் களின் மூலமாகவே இதைச் செய்ய முடியும். முதலில் உளஞ்சார்ந்த[15] உருமாறுதல் ஏற்படவேண்டும். அதாவது, நம் இன்றைய முழு இயற்கையையும் ஆத்மாவின் ஒரு கருவியாக மாற்றஞ் செய்ய வேண்டும்; அத்துடன் ஆன்மிக மாறுதலும் வேண்டும். நம் முழு ஜீவனிலும் உடலுயிர்களின் மிகக் கீழ்த்தரமான உள் மடிப்புக்கள் அல்லது குழிகளிலும் புரைகளிலும்கூட உணர்வானது அடித்தளத்தில் அமிழ்ந்திருக்கும் நிலையில் நிலவும் இருளிலுங்கூட, பேரொளியும், பேரறிவும், பேராற்றலும், பெருவலிமையும், பேரானந்தமும், பெருந் தூய்மையும் இறங்கவேண்டும். கடைசியாக, 'விஞ்ஞான'ப் பெருநிலை செய்யும். உருமாற்றம் இடைமறித்து நிகழவேண்டும். இயக்கத்தின் சிகரம் போன்று 'விஞ்ஞான'த்தை (சூப்பர்மைண்ட்) நோக்கிய ஏற்றமும், நம் முழு ஜீவனிலும் இயற்கையிலும் 'விஞ்ஞானி' (சூப்ரா மெண்ட்டல்) உணர்வின் உருமாறுதல் செய்யவல்ல இறக்கமும்[16] நடைபெறவேண்டும்.

* * * *

[15] Psychic என்னும் ஆங்கிலச் சொல்லின் தமிழாக்கமே "உளஞ் சார்ந்த என்பது. சம்ஸ்கிருதத்தில் இதைச் "சைத்திய" என்பர். Psychic Being என்பதைச் சைத்திய புருஷன் என்பர். ஸ்ரீ அரவிந்தர் சைத்திய என்ற சொல்லையே உபயோகித்திருக்கிறார். சைத்திய என்பது சித் என்னும் சொல்லிலிருந்து வருகிறது. சித் என்றால் உணர்வு; (Scon-sciousness)

[16] விஞ்ஞான உணர்வின் உருமாறுதல் செய்யவல்ல இறக்கம் - The transforming descent of thesuramental consciousness into the en-tire being and nature. -மொழிபெயர்ப்பாசிரியர்

# 10
## வருங்காலக் கவிதையும் கவின்கலைத் தத்துவமும்

நம்மை உணரச் செய்வதோ, சிந்திக்கச் செய்வதோ அல்ல, நம்மைப் பார்க்கச் செய்வதே கவிதைச் சொல்லின் தலையாய சக்தியாகும். சிந்தனையும் உணர்ச்சியும் நம் பார்வைக்குள் அடங்கியவை. அவை அப்பார்வையினின்றே எழவேண்டும். ஆனால் பார்வைதான் கவிதை மொழியின் முதன்மையான விளைவும் ஆற்றலுமாகும்.

### ஸ்ரீ அரவிந்தர்: வருங்காலக் கவிதை

ஸ்ரீ அரவிந்தர் கவிதையைத் தம் அகவிழியில் எங்ஙனம் கண்டார் என்பதிலும், கவின்கலைத் தத்துவம் பற்றி அவருடைய கருத்துக்களிலும் தனிச் சிறப்பொன்று உண்டு. இத்தனிச் சிறப்புக்குக் காரணமான தனி இயல்புகள் இரண்டு காண்கின்றன. ஸ்ரீ அரவிந்தர் மனிதன் பரிணாமம் அடைந்து வருகிறான் என்பது ஒன்று; இதுகாறும் சித்தி கைவரப்பெறாத திறமைகளை அவன் அடைவது இயலும், ஏன்? உறுதியென அவர் கருதுகிறார் என்பது மற்றொன்று. ஏனெனில்,

*மானிடன் ஒரு குறுகிய பாலம்*[1]
*வளர்ந்துகொண்டேவரும் ஓர் அழைப்பு,*
*அவனுடைய ஆன்மா கடவுளின்*

---

[1] மானிடன் மண்ணுலகத்திற்கும் விண்ணுலகத்திற்கும் இடையே இருப்பதால் அவனை ஒரு பாலம் எனக் கூறுகிறார் ஸ்ரீ அரவிந்தர். மண்ணுலகம் உருமாறி விண்ணுலகத்துடன் இணைய நாடுகிறது. ஆனால் உருமாறுதலடைந்து விண்ணுலகுடன் இணைந்து மனிதன் மூலமாகவே செல்லவேண்டும் அல்லவா?

[2] இறைவன் பேரின்பம், பேரொளி, பெருவலிமை, பெருவாழ்க்கை இவைபோன்ற ஐந்து தனிச் சிறப்புடைய இயல்புகளை உடையவன், ரோஜா மலரை ஸ்ரீ அரவிந்தர், நிறைவுற்ற கடவுளின் மிக உயரிய சின்னம் அல்லது குறியீடாகவே தம் கவிதையில் பிரயோகிக்கிறார்.
-மொழிபெயர்ப்பாசிரியர்.

கொழுந்துவிட்டு எரியும் ரோஜா[2]
கொழுந்துவிட்டு எரியும் நெருப்புபோன்று
பலவகை வண்ணங்களுடன் ஜொலிக்கும்
தெய்வரோஜா உள்ளே அழுந்தியுள்ள உணர்வு

-(Dumb Inconsient)[3]

மானிடன் ஒருநாள் மண்ணுடன் விளையாடுவதை
விட்டுவிட்டு எழுவான்;
பகலவனையும் விண்மீன்களையும் தன் கரங்களில்
பிடித்துக்கொண்டு, பழைய தோற்றங்கள், சட்டங்கள்,
முறைகள் ஆகிய யாவற்றிற்கும் புத்துரு தருவான்,
இறைவா, அந்தநாள் வரும் (உதயமாகும்) என்பதை
அடியேன் அறிவேன்.

-மாந்தவ்யரின் தியானங்கள்

### வருங்கால மானிடன்

மனிதனுக்கு வருங்காலத்தில் என்ன நடக்கப்போகிறது என்பது எல்லாம் கடவுளால் முன்னுறுதி செய்யப்பட்டுள்ளது. இதோ ஒரு மின்னொளி:

மானிடத் திடசித்தம் அல்லது சக்தி-எதுவும்
அடையமுடியாததொரு வல்லமை,
ஆதி அந்தமற்றப் பெருநிலையில் அமர்ந்துள்ளதொரு ஞானம்,
நம் போராட்டங்கள், துன்ப துயரங்கள் ஆகியவற்றிற்கு
அப்பாலுள்ளதொரு மகிழ்ச்சி (இன்பம்)
இவையே இப்புவி செய்யும் இடையூறுகளுக்கு
உள்ளான உயிர்கள் அடையப்போகும் நற்பேறுகள்.

-பரிணாமம்

ஆகவே, மானிடன், என்ன இருந்தாலும், ஓர் இடைக்கால ஜீவனே. பரிணாமத்தின் ஆதிகாலத்தில் தவழ்ந்தும், மெல்ல நடந்தும் சென்று கொண்டிருந்த அவன் இன்றுள்ள நிலையை அடைந்திருக்கிறான். ஆயினும், இது சமயம், பரிணாம நெருக்கடியின் சுழற்சியில் அகப்பட்டுக் கொண்டிருந்தாலும் துள்ளிப் பாய்ந்து வெளியேறித்

---

[3] உள்ளே அழுந்தியிருக்கும் உணர்வே இங்கு Inconsient எனப்
படுகிறது.                       -மொழிபெயர்ப்பாசிரியர்

தனக்காகக் காத்திருக்கும் விழுமியதொரு வாய்ப்பைத் தழுவுவான். உண்மையில், ஆதி அந்தமற்ற, நிலைபேறுடைய, ஒரு நிறைவு தன் சொந்த வடிவிலேயே நம்மை உருவாக்கி வருகிறது என்கிறார் ஸ்ரீ அரவிந்தர். பல்லூழிக் காலமாக நிறைவின் உருவை நம் ஜீவனில் உண்மைப் பொருளில் மாற்றி அமைத்துப் புதிதாக்க வேண்டும் என்னும் ரகசியத் தூண்டுதலொன்று இருந்து வருகின்றது. இத்தூண்டுதலானது சில சமயம் உள்ளபிவிருத்தியாக விளைவடைகிறது. சில சமயம் நம் கலை அலுவல்கள் மூலம் வெளிப்பாடு அடைகிறது. "அருளெழுச்சியினால், சிறப்பு மிக்கதும், விளக்கம் அடங்கியதுமான உருவைப் பயன்படுத்தி ஆத்மீகத்தின் கதவுகளைத் திறந்துவிடுவதே மிக உன்னதமான கலையாகும்" என்கிறார் ஸ்ரீ அரவிந்தர். நம்மிடமுள்ள அழகுணர்ச்சியானது அத்தகைய அலுவல்களில் மெய்ம்மையையும், நியாயத்தையும் உணரும். ஒரு கால் அது ஓரளவு உடன்பிறந்ததும், ஓரளவு நம்மிடமும் நம்மைச் சூழ்ந்தும் உள்ள அழகை உணர்ந்து கொள்வதற்கான பயிற்சியால் வந்த ஒரு திறமையுமாகும். மிக உன்னதமான அழகைக் கண்டுபிடிப்பது கடவுளைக் கண்டுபிடிப்பதேயாகும். ஆன்மிக மொழியில் பேசுவதாயின், அந்த நிலைபேறுடைய நிறைவின் துணைப்பொருட் சொல்லே கடவுள் நிலைபேறுடைய அந்நிறைவை அடையவே, உணர்வுடனோ, உணர்வில்லாமலோ, நாம் அனாதி காலமாக மும்முரமாகச் செயலாற்றி வருகிறோம்.

## அழகும் அதிமனமும்

அழகுணர்ச்சி, பொதுவாக, மனவரிசைக்கு உரியதொன்று. சில சமயம் அது அழகுக் கோட்பாடாக இழிந்து, "கலையின் பொருட்டே கலை" என்னும் கொள்கையின் ஒரு வேறுபட்ட விளக்கமாகலாம். ஆனால் மனத்திற்கும் உயரியதொரு மட்டத்தில் நிற்பது மனிதனுக்குச் சாத்தியமாகும். இவ்வுணர்வு நிலையை ஸ்ரீ அரவிந்தர் அதி மனம் (ஓவர்மைண்ட்) என்கிறார். இந்த நிலையில் அழகியலானது விதிகள், கட்டளைக் கோட்பாடுகள் ஆகியவற்றிற்குக் கட்டுப்பட்டிருக்காது. அதிமனமானது விசுவமயமான, அனாதியான அழகைக் கண்டெடுத்து, அதில் காணும் வரம்புகள், தனித்தன்மைகள் ஆகிய யாவற்றையும் உருமாறுதல் செய்கிறது. ஒவ்வொரு மனிதனும் வாழ்க்கையின் இன்ப துன்பங்கள், வேதனைகள் ஆகியவற்றின் ஊடே மெல்லவோ, விரைவாகவோ பரிணாமமடைந்து வருவதால் அவனுடைய அழகின் மனக்காட்சியும் தீவிர அனுபவங்களுக்குரிய களமாகும். உடலழகு,

அறத்தின் அழகு அறிவழகு ஆகியவற்றின் மூலமாக என்றும் வற்றாத ஆன்மிக அழகின் பிரதேசங்களுக்கு அவனை இட்டுச் செல்லலாம்.

## சாவித்திரி மகாகாவியமும் அதிமனமும்

அவருடைய சாவித்திரி மகாகாவியம் அதிமனத்தின் ஆற்றலினாலேயே எழுதப்பட்டது என ஸ்ரீ அரவிந்தர் தம் கடித மொன்றில் விளக்குகையிலும், அதை மதிப்பிடுவதற்குத் தேவையான மனோநிலை பற்றி விவாதிக்கையிலும் எழுதியதாவது:

> மூலாதாரமானதும் விசுவமயமானதுமான கவின்கலைத் தத்துவமொன்று இன்றியமையாது வேண்டும். அது மேலும் தீவிரமாயும் உள்ளத்தின் ஆழத்திலிருந்து கேட்பதாயும், பார்ப்பதாயும், உணர்வதாயும், மேற்பார்ப்புக்குப் பின்னால் உள்ளதற்குப் பதிலளிப்பதாயும் இருக்கவேண்டும். பரநிலைக்கும் பதிலளிக்கக் கூடியதாயும், வாழ்க்கை, மனம், புலன்கள் ஆகியவற்றில் நுழைவதாயும் உள்ள மகத்தான விரிவான, ஆழ்ந்த கவின்கலைத் தத்துவமொன்று வேண்டும்.

கவின்கலைத் தத்துவத்திற்குச் சாதாரணமாக, அளிக்கப்படும் பொருள் ஸ்ரீ அரவிந்தர் இத்தத்துவத்திற்கு அளிக்கும் பொருள், அதன் வீச்சு ஆகியவற்றினின்று வேறுபட்டதாகும். ஸ்ரீ அரவிந்தர் உலகைப் பற்றித் தம் அகவிழியில் கண்ட காட்சியே இவ்வேறுபாட்டுக்குக் காரணம் இது. இரண்டாவது முக்கியமான அம்சமாகும்.

> இந்த இரும்பினாலான, மிருகப்பிராயமான, பூதம்போன்ற
> ஆகிருதியுடைய பொம்மையை
> சுழன்று கொண்டேயிருப்பதும், கீச்சென்று கத்துவதும்,
> இறைப்பதும் குருதி கொட்டுவதும்,
> நிறுத்த முடியாததுமான இப்பொருளை,
> உடைந்திருந்தாலும், தன் இரும்புச் சக்கரங்களில் உயிருடன்
> ஓடுவதாயும் உள்ள இந்தப் பலியை,
> அவர்கள் ஓர் உலகம் என்பர்.
> 
> -மாந்தவ்வியரின் தியானங்கள்.

## புவியே ஆன்மாக்கள் தேர்ந்தெடுத்த இடம்

> ஆயினும்
> புவியே வலிமை மிக மிகுந்த ஆன்மாக்கள் தேர்ந்தெடுத்துக்

*கொண்ட இடமாகும்.*
*புவியே வீரம் மிகுந்தவர்களின் போர்க்களமாகும்.*
*பெயர் பெற்ற கொல்லத்துக்காரன் தன் வேலைப்பாடுகளை*
*உருப்படுத்தும் உலைக்களம்.*

*-சாவித்திரி*

**மானிட ஜீவர்களாகிய நம்மைப் பொறுத்த வரையில்:**

*பரஸ்பரமான ஒரு கடப்பாடு மனிதனைப் பரம்பொருளுடன் இணைக்கிறது.*
*நம் இயல்புகளை அவன் தாங்குவதுபோல, அவனுடைய*
*இயல்புகளை நாமும் தாங்குகிறோம்.*
*பரமனின் திருக்குமாரர்களாகிய நாம்*
*அவனைப் போலவே இருக்கவேண்டும்.*
*அவனுடைய மானிடப் பகுதியாகிய நாம்*
*தெய்வீகமாக வளர்ச்சியடைய வேண்டும்.*
*நம் வாழ்க்கை ஒரு புதிர்; திறவுகோல் கடவுளிடம் உள்ளது.*

## ஆழ்ந்த கவின் கலைத் தத்துவம் வேண்டும்

ஆகவே, இச்சடவுலகோ, வாழ்க்கையோ, கடவுளுக்கு எதிர்ப் பொருட் சொல் ஆகாது. யாவும், இவ்வுலகில், புலன்களால் அறியக்கூடிய அதன் வேலை யாதாயினும், மிகப் பெரியதும், மிக விழுமியதுமான ஏதோ ஒன்றின் குறியீடாகவும் அமைந்துள்ளது.

மக்களினம் காலத்தினூடே நடைபோட்டுச் செல்லுகையில் மிக நெருக்கடியான நேரத்தை அடைந்துள்ளது. இன்று, உலகில் மனக்குழப்பத்தின் அறிகுறிகள் காணப்படாத எத்தகைய செயல்களும் நடப்பது அபூவர்மாகவே இருக்கிறது. மானிடனின் புதிதாகப் படைக்கும் அலுவலும் இதற்கு விதிவிலக்காக இல்லை. வருங்காலக் கவிதை, என்னும் நூலில் இந்த நிலைமையைக் குறிப்பிட்டு எச்சரிக்கை செய்வதாவது:

*இப்போது மானிட மனம் இரண்டு ராஜ்ஜியங்களின் எல்லைப்புறங்களைக் கடப்பதில் கவனஞ் செலுத்தி வருகின்றது. அது சுறுசுறுப்பானதும் பெரும்பாலும் சடமய மானதுமான அறிவும், யாவும் ஆய்திறத்தின் விளைவே என்னும் கொள்கையும் ஆட்சிபுரிந்த காலத்தினின்று வெளிப்பட்டு வந்து கொண்டிருக்கிறது. உண்மையை நோக்கி*

அறிவு செய்யும் கடுமையான முயற்சிகள் அதை எதிர்பாராத எல்லைப்புறங்களில் நழுவிச் செல்லுமாறு செய்துள்ளன. ஆகவே பல திசைகளில் யாதொரு நிச்சயமுமின்றிக் கண்மூடித் துழாவித் தேடுகின்றன. இம்முயற்சிகளிற் சில இடைக்கால முயற்சிகளாகப் பயன்படுவன. ஆனால் இவையே இறுதியான, முடிவானஇயக்கமானால் அது நம்மை ஒழுக்கக்கேட்டுக்கும் தரங்கெட்டழிந்த நிலைக்குமே இட்டுச்செல்லக்கூடும்.

**வருங்காலக் கவிதை எப்படி இருக்கவேண்டும்**

இக்காலக் கவிதையில் இம்முனைப்பான ஒழுக்கக்கேட்டின், சீரழிவின் சின்னங்கள் மிகவும் காண்கின்றன. ஒளிவீசும் மனத்தையுடைய கவிகளின் கவிதையில் ஒளியும் பிரகாசமும் மட்டும் போதா என்பதில் ஐயமில்லை. நாளை தோன்றும் கவிதையானது நேற்றைய கவிதையின் தேவைப்படாதொரு நீட்டிப்பாக மட்டுமே இருக்கக் கூடாது; சிறப்புமிக்க சாதனைகளுடன் கூடிய தகுதி வாய்ந்த ஒரு நீட்டிப்பாகவே இருக்கவேண்டும். அப்படியானால் அது தன் குறியிலக்கை விரிவுபடுத்தியாக வேண்டும். பிரபஞ்சம் அனுபவ அறிவால் கண்ட விவரங்களுடன் மனிடனுக்கு காட்சியளிக்கும் போது நாம் என்றுமே படைத்திராத உலகில் அன்னியராக உணர்வதிலோ, பீதியடைவதிலோ பயனில்லை. மனிதனின் தூலவிழி விரிவடைவதுடன் அவனது உணர்வும் போதியளவு விரிவடைதலும் வேண்டும். முத்திரை போட்டு மூடிக்கிடந்த உள்ளுயிரின் கதவுகளைத் திறந்து விடுவதனாலும், அகக்காட்சி திறந்துவிடப் படுவதனாலுமே இருளில் தடவித் தேடும் பழக்கம் நின்றுவிடக்கூடும். அகவிழியால் காண்பது கவிக்கு இயல்பாக அமைந்ததோர் ஆற்றலாகும். அதைப் போலவே தத்துவ ஞானிக்கு வேறுபாடு காணும் சிந்தனையும், விஞ்ஞானிக்குப் பகுத்துப் பகுத்து ஆராயும் இயல்பான மேதையும் அமைந்துள்ளன.

**உள்ளத்தில் உறையும் உண்மையின் குரலே மந்திரம்**

அத்தகைய தீர்க்க தரிசனம் தன்னை வெளிப்படுத்திக் கொள்ளும் மொழி மாந்திரிக மயமானதாக விளங்கும். மந்திரத்தைக் குருட்டு விதிமுறையுடனோ, நிர்ணயிக்கப்பட்ட முறையுடனோ குழப்பி விடலாகாது. அது தத்துவ ஞானத்தில் அடங்கிய ஒரு முறையும் ஆகாது. மந்திரம் என்பது உள்ளத்தினுள்ளே உள்ள உண்மையின் குரலாகும். அது அந்த உண்மையின் ஒத்திசை நயத்தினுடையவும்

மொழியினுடையவும் மிக உயரிய சக்தியின் பக்கமாகக் கிடக்க விடப்படுகிறது. அது உள் சுதந்திரத்தின் மிக உயரிய உலகங்களின் வெளிப்பாடாக வருகின்றது.

'வந்துகொண்டிருக்கும் கவிதை' நிறைவு அடைய வேண்டுமானால், மனிதன் தன் அகவழியில் கண்ட புதியதும், மகத்தானதுமான ஒரு காட்சியும், இயற்கையும், இருக்கையும் நம் கருத்திலும் வாழ்விலும் பெருமழை போலக் கொட்டியும் பாய்ந்தும், பெருகியும் வளம் செய்தாக வேண்டும். விரிவான பின்னணி அமைப்பும் உயிரின் இயக்கமுமே மானிடான்மாவும் மனமும் பெரிதும் விரிவடைவதற்குரிய வழியைத் திறந்து விடுகின்றன. இலக்கியம் வளம் பெற்ற பெருங்காலங்களில் இவ்விரிவே உண்மையான படைப்புக்கு உரிய புறத்தூண்டுதலை அளித்தது. சென்ற நூற்றாண்டில் பொதுவாக இருந்த அறிவு, அல்லது அழகுக் கலையின் உட்கருத்து போன்ற புது மலர்ச்சி வாய்ந்த உட்கருத்தொன்று கண்டுபிடிக்கப் பட்டது. இது மேற்பரப்பில் சொற்பகாலம் மட்டுமே நீடித்திருக்கும் சிற்றலைகள் போல விளங்கியனவேயொழிய முதல் தரமான நூல் எதையும் படைத்துத் தரவில்லை. உண்மையான அருளாவேசமானது முற்றும் நிறைவுற்றதோர் இயக்கம், வாழ்வின் விரிவான, அனுபவ எல்லைக்கோடு கருத்துக் களங்களின் விரிவு, ஆன்மாவானில் மேன்மேலும் உயரமாகப் பறத்தல் ஆகியவற்றுடனேயே நுழைகிறது. இப்போது மக்களினத்தின் மனத்தின்மீது வந்துகொண்டிருக்கும் மாறுதலானது, இயலுலக அண்டத்தின் விரிவானதோர் அகக்காட்சி, தனி மனிதனுடையவும் இனத்தினுடையவும் யாவும் பெருமை, வருங்காலத்தில் அடையக் கூடிய நற்பேறுகள், சாத்தியங்கள், மன்பதையின் கருத்து, மனிதனோடு மனிதன் ஒன்றுபடுதல், அதனாலேற்படும் நெருங்கிய உறவுகள், அவனுடைய மனம் இயற்கையின் வாழ்வுடன் இணைந்து ஒன்றுபடுதல் ஆகியவற்றுடன் ஆரம்பமாயிற்று.

## வெறும் ஆன்மிகக் கருத்து போதாது

மன அறிவின் கருத்து போதுமானதாக இருக்கவில்லை. ஏனெனில், அது தன் சொந்த பேருண்மையை ஆத்மீகக் கருத்தில் கண்டுபிடிக்க வேண்டியிருந்தது. அது தன் நேர்த்தியான

பண்பாட்டின் களத்தை மேலும் நுண்ணியதும், சிக்கலானதும், சூக்குமமானதுமான சைத்திய (Psychic) பார்வையிலும் அனுபவத்திலும் காணவேண்டியிருந்தது. இதைத்தான் சமீப காலத்திய, இக்காலத்திய கவிகள் தயார்படுத்தி வந்திருக்கின்றனர். ஆனால் வெறும் ஆன்மிகக் கருத்து மட்டும் போதாது. அது நிறைவுற்றதோர் ஆன்மிகச் சுயானுபூதியில் முடிவடைய வேண்டும். அது தனி மனிதனின் அறிவுத்திறனையும், சைத்திய புருஷனின் (Psychic being) செல்வாக்கு பெற்ற மனத்தை யும், கற்பனையையும் பாதித்து நிலைமாற்றிவிட்டால் மட்டும் போதாது. அது மக்களினத்தின் புலனுணர்விலும் உணர்ச்சியிலும் நுழைந்தும், சிந்தனைக்கும் வாழ்க்கைக்கும் புது விளக்கம் தரவும் தம் உருவிலேயே அவற்றிற்குப் புத்துரு தரவும் அவற்றைத் தம் பிடியில் வைத்திருக்கவும் வேண்டும். இவை யாவும் நடக்கும் வரையில் இந்த ஆழ்ந்த கருத்தையும் அனுபவத்தையும் வெளியிட்டுவிட்டால் மட்டும் போதாது. இந்த ஆன்மிக அனுபூதி முன்னேறும் பொருட்டு வருங்காலக் கவிதை அதற்குப் பார்க்கும் கண்ணும், கவின் கலையைச் சார்ந்த அழகின் வடிவும், வெளிப்படுத்தவல்ல நாவும் அளித்து உதவ வேண்டும். வாழ்க்கையை இங்ஙனமாக மேன்மைப்படுத்து வதையே அது தன் உட்கருவாகக் கொள்ள வேண்டும்.

**வருங்காலக் கவிதையின் படைப்பாளர்கள்**

அது, மெய்யாக, அகல்விரிவானதும் அண்டம் அளாவியது மானதோர் அகக் காட்சியாகும். உலகிலும் மனிதனிடமும் கடவுளையே கண்டு உணர்தல்; அவன் தன்னுடைய தெய்விகச் சாத்தியங்களையும், இன்று தான் உள்ள நிலையில்கூட வெளிப் படும். ஆற்றலின் மகிமையையும் உணர்தல்; அவன் தன் சிந்தனை, உணர்ச்சி, புலனறிவு, செயல் ஆகிய யாவற்றையும் ஆன்மிக மயமாக்கி மேலே தூக்கிவிடுதல்; வளர்ச்சி மிக அடைந்த மனமும், இதயமும் அவனுடைய இயற்கையினுள் மேலும் உண்மையான ஆழ்ந்த உட்பார்வை, உலகத்தின் பொருள் ஆகியவற்றை உணர்தல்; மேலும் தெய்விகமான சாத்தியங்களை அழைத்தல்; மனிதனுடைய வாழ்க்கையின் கருத்து, அதன் அமைப்பு ஆகியவற்றினுள் மேலும் அதிகமான ஆன்மிக நலன்களை புகுத்தும்படி, மன்பதையை அழைத்தல்; மெல்லமெல்ல இதழ் அவிழ்த்து மலர்ந்து வருவதும் தன்னைத் தெளிவாக வெளிப்படுத்தி வருவதுமான பிரபஞ்சாத்மா அதற்கு அளித்துவரும் வாய்ப்பு–

இவையாவுமே மெய்யாக விரிவடைந்த அண்டம் அளாவியதுமான அந்த அகக் காட்சியினுள் அடங்கும். தம்முள் பெரும்பாலும் அடக்கிக் கொண்டும், தம் வாழ்விலும் பண்பாட்டிலும் அடக்கிக்கொண்டும், தம் வாழ்விலும் பண்பாட்டிலும் இவற்றை மெய்ப்படுத்துவதுமான சமுதாயங்களே வரும் உதயகால சமுதாயங்களாம். கவிகள் அந்த நாவையும் இனத்தையும் சார்ந்தவர்களாக இருப்பினும், இந்த அகவி-ழியில் திறமை வாய்ந்தவர்கள் ஆவர். அதன் பேச்சுமொழியில் அருளாவேசத்துடன் பேசுவோர் வருங்காலக் கவிதையின் படைப்பாளர்களேயாவர்.

* * * *

# 11
## விதியின்படி வருங்காலத்தில் மனிதன் அடையவிருக்கும் நற்பேறு பற்றிய மகாகாவியம்

*சாவித்திரி ஸ்ரீ அரவிந்தர் தம் அகவிழியில் கண்டதன் மிக உயரிய வெளிப்பாடாகும்.*

-திரு. அன்னை

ஒரு காலத்திய பெரியதொரு முரணுரை[1] காலப் பெயர்ச்சியில் தன்முனைப்பான காட்சியினால் மேன்மேலும் கண்கூசச் செய்யும் பல்வேறுபட்ட வேதனைகள், ரத்தம் சிதறித் தெறிக்கும் ஒலிகள் ஆகியவற்றின் சூழ்வில் நடைபெறும் நம் சமகாலத்திய படைக்கும் வேலையின் இடையே பொன்மயமான நாளையின் முழுக் காட்சி யொன்று மலர்ந்து வருகின்றது. 'இன்று' என்னும் மாய அரமனையின் மீட்டு வரமுடியாதபடித் திருக்கு மறுக்காக அமைக்கப்பட்ட இருண்ட வழிகளில், எங்கேயோ ஒரு பக்கம் மனக்கசப்பினாலும் சினத்தினா லும் ஏற்பட்ட புலம்பல்களில் ஒலி எதிரொலி செய்ய, புதியதோர் உதயத்தை அற்புத பைரவி ராகத்தில் பாடும் பாட்டு ஒன்று கேட்கப் படுகிறது.

சம கால இலக்கியத்தில் வேதனைக் குரல்கள் மெய்யாகவே உள்ளுயிர்த் துடிப்புடன் அதிர்கின்றன என்பதை மறுப்பதற்கில்லை. மிகமிக வெளிப்படையான அனுபவத்தின் உண்மையை அவை யாதொரு ஐயத்திற்கும் இடமின்றித் தெரிவிக்கின்றன. ஸ்ரீ அரவிந்தரின் மகாகாவியமான சாவித்திரி அளிக்கும் காட்சியையும் உறுதி மொழியை யும் எவரும் மறுதலிக்க முடியாது. அவையும் பேருணர்வு என்னும்

---

[1] தோற்றத்திற்கு முறை தவறாகவும், ஆனால் ஆய்ந்து நோக்கின் உண்மையாகவும் இருப்பதை ஆங்கில மொழியில் 'பாரடாக்ஸ்' என்பர். முரணுரைபோலத் தோன்றும் மெய்யுரை என இதைச் சுருக்கமாகக் கூறலாம். -மொழிபெயர்ப்பாசிரியர்

பெருங்கடலின் ஆழத்தில் துணிவுடனும் மூழ்கிச் சென்று செய்த அருள் செயல்களின் பதிவுக் குறிப்புக்கள் ஆகும்.

சாவித்திரியைப் பாடிய கவி, உலக வேதனைகளை 'மதி மயக்கங்கள்' எனக் கூறித் தள்ளிவிடவில்லை.

> குழப்பமும் தடுமாற்றமும் அதிருப்தியும் மிகுந்தது இப்பேருலகம். அஞ்ஞானத்தின் பதுங்கிடமும் துன்ப துயரங்களின் உறைவிடமும் இதுவே. ஆசைகள் விருப்பங்களின் கூடாரங்கள் இங்கே, இடப்பட்டுள்ளன. துன்பங்கள், கவலைகள், ஆழ்ந்த மனத் துயரங்களின் அலுவலகங்கள் இங்கேதான் அமைந்துள்ளன.

ஆனால், இந்த உண்மைகளுக்குப் பின்னால் மெய்ப்பொருள் ஒன்றுள்ளது:

> ஆயினும், பேரொளி அங்கே உளது; அது இயற்கையின் வாயில்களிலேயே நிற்கின்றது; பயணியை உள்ளே இட்டுச் செல்லத் தீவட்டியொன்று பிடித்துள்ளது. நம் உயிரணுக்களில் கொளுத்தப்படுவதற்காக காத்திருக்கிறது.

இவ்வொளியின் அனுபவமானது மறை மெய்ம்மை சார்ந்தது: ஆழ்ந்த உட்பொருளுடையது, என்பதில் ஐயமில்லை. ஸ்ரீ அரவிந்தர் அறிவுகடந்த மெய்யுணர்வுடைய ஒரு கவி. ஆயினும், மறை மெய்ம்மை சார்ந்த அனுபவங்களும் குறிப்பிட்டதொரு துறையைச் சார்ந்த உண்மைகள். கவிதை எனச் சொல்லத் தகுந்தவற்றில் பெரும்பாலானவை இறைமை இணைவுப் பண்பின் சில அம்சங்கள் கொண்டிருக்க வேண்டியவையாயினும், அக்கவிகள் இறைநிலை இணைவுப் பான்மையில் பொதுவாக நம்பிக்கை கொள்வதில்லை. தம் கவிதைகள் ரகசிய மாந்திரிகமயமானதொரு கவர்ச்சிக்கு உட்படுமாறு செய்வதோடு நின்றுவிடுகின்றது எனக் கருதுவர். ஆனால் ஸ்ரீ அரவிந்தரிடம் அது வேறுபட்டதாகும். அவர் ஒரு காலத்தில் உன்னத ஆன்மிக சிகரங்களின் பிறங்கொளிகள் கீழேயுள்ள மானிட வாழ்க்கையினுள்ளும் பாயும் என நம்பினார். ஏனெனில் இன்றுள்ள மானிடனை 'இடைக்காலத்திய ஒரு ஜீவனே' என அவர் கொண்டார்.

> மானிடன் உயர்பண்புத் திறங்களை அடைய மேன்மேலும்
> எழும்பி வருகிறான்.

தன் நிலையில் அவன் அதிருப்தி கொண்டுள்ளான்
பார்வைக்கு எட்டாத விஷயங்கள் பற்றி அவன் விழிப்புடன்
இருக்கிறான்.
பரம்பொருளையே நாடும் அவன் எளிதில் திருப்தி
யடைவதில்லை.
அவன் யாவற்றையும் கற்றுத் தெளியவேண்டியவன்
தன ஜீவனில் மறைந்துள்ள பல மண்டலங்களைத் தேடிக்
கண்டு பிடிக்க வேண்டியவன்.

-சாவித்திரி 11.4

தம் பெரு வசனநூலான 'தெய்விக வாழ்க்கை'யில் ஸ்ரீ அரவிந்தர் கூறுவதாவது:

## மானிட ஆர்வம்

ஆதியில் மனிதன் சிந்திக்கத் தொடங்கியதும், அவன் முதன்முதலாக எப்பொருள் பற்றிய மிக உன்னதமான சிந்தனையில் ஈடுபட்டிருந்தானோ, அதே பொருள்பற்றி மிக உன்னதமான சிந்தனையில் இன்றியமையாமலும் இறுதி யாகவும் ஈடுபட்டு வந்திருக்கிறான், நீண்டகாலம் அவன் இறை ஐயுறவுக் கோட்பாட்டில் மூழ்கியிருந்தான். பின், இறைவன்பால் நம்பிக்கை திரும்பிவந்தது. அவநம்பிக்கை மேலோங்கி, இறைவன் அவன் உள்ளத்திலிருந்து அகற்றப்பட்ட ஒவ்வொரு தடவையிலும் இறைவன்பால் உள்ள நம்பிக்கை மீண்டும் திரும்பிவந்திருக்கிறது. கடவுள் ஒருவன் உள்ளான் என்ற நல்லூக்கத்திலும் முன்னுணர்விலும், பரிபூரணத்தை நோக்கிய ஒரு தூண்டுதல் அல்லது உந்தும் வேகத்திலும் தூய உண்மை, கலப்பற்ற ஆனந்தம் ஆகியவற்றிலும், சாகாமை என்னும் நிலையிலும் இவற்றின்பால் உள்ள நாட்டத்திலும் அது தன்னை வெளிப்படுத்திக் கொள்கிறது. மக்களிடையே பண்டைக்காலத்தில் ஏற்பட்ட ஞானோதயங்கள் இந்த இடை விடாத ஆர்வத்திற்கு சான்றுகளை விட்டுச்சென்றுள்ளன. இன்று தெவிட்டிவிட்ட நிலையிலுள்ளதொரு மக்களினத்தைக் காண்கிறோம். ஆனால், பழங்காலத்திய அவாக்களுக்குத் திரும்பிச் செல்லத் தயாராகிவரும் இயற்கையின் கருமெய்ம்மை சாராத, புறப்பண்புக் கூறுகளை மட்டுமே வெற்றிகரமாகப் பகுத்தாராய்ந்து வருவதை கண்டு அம்மக்களினம்

> திருப்தியடையக் காணோம். கடவுள், பேரொளி, தட்டு என்பதே இல்லாத பெருஞ் சுதந்திரம், சாகாமை என்பவையே மெய்யறிவின் மிகப் பழங்காலத்திய சூத்திரங்கள்; அவையே இறுதிக்காலத்திலும் எதிர்பார்க்கத்தக்கனவாக இருக்குமெனத் தோன்றுகிறது.

என்றுமே இருந்துவரும் அவனுடைய ஆர்வத்தை அடையமுடியாமல் ஒவ்வொரு அடியிலும் தடுத்துத் தாமதப்படுத்திவருவது அஞ்ஞானமே, உள்ளுக்குள்ளே அமுந்தியுள்ள உணர்வின் நிலையேயாகும். அடக்கி வைக்கப்பட்டுள்ள மானிட ஆன்மாவுக்கு காரிருளும் வெறும் புளுகுமாயும், உண்மையற்றதாயும் பொருள்களின் தவிர்க்கமுடியாத முடிவாயும் உள்ள மரணமுங்கூட, வாழ்க்கையின் மீது ஆதிக்கமும் கொடுங்கோலும் செலுத்தும் இந்தத் துரதிருஷ்டமான அம்சத்தைத் தன் தீனியாகக் கொண்டு கொழுத்தும் வாழ்ந்தும் வருகின்றது.

**மரணத்தை எதிர்க்கும் அன்பு**

வலிமைமிக்க கொடுங்கோலனான இந்த மரணத்திற்கு ஒரே யொரு எதிரி உள்ளது. அதுதான் அன்பு.

> அன்பின் விழிகள் சாக்காட்டின் இருளின் ஊடேயும் விண்மீன்கள் போல உற்றுப் பார்க்கின்றன. அன்பின் பாதங்கள் காலணி ஏதுமின்றி மிகக் கடினமான உலகங்களில் நடந்து செல்கின்றன.

அன்பு என்றும் மரணத்தை எதிர்க்கிறது. இந்த எதிர்ப்பையும் சாக்காட்டின்மீது தன் மேன்மையை நிலைநாட்டக்கூடிய அன்பின் ஆற்றலையும் பற்றி மகாபாரதத்தில் அடங்கிய பழங்கதைகளில் ஒன்றான சாவித்திரி சுருக்கமாகவும் மறைவாகவும் கூறுகிறது; இளவரசி சாவித்திரி தாம் திருமணம் செய்துகொள்ளத் தேர்ந்தெடுத்துக் கொண்ட கணவரான சத்தியவான் நாடு கடத்தப்பட்ட குடும்பத்தினருடன் ஒரு காட்டில் வாழ்ந்துவந்தாள். அவள் தம் கணவரின் சாவுபற்றி முன்னதாகவே அறிந்திருந்தாள். விதிக்கப்பட்ட நாளன்று அவள் கானகத்திற்குத் தம் கணவருடன் சென்றாள். முன்னதாகவே நிர்ணயிக்கப்பட்டுள்ள நாளன்று குறிக்கப்பட்ட நேரத்தில் சத்தியவான் கீழே விழுந்து மாண்டார். ஆனால் சாவித்திரி ஆர்வப் பற்றுடைய ஒரு மனைவியாக மட்டுமே இருக்காமல், சத்தியவான்பால் இதயம் நிறைந்த தூய அன்புடையவளாகவும் இருந்தாள். மேலும், மிகச் சிறந்த ஆத்மீக சாதனைகள் செய்து முடித்த பெண்மணியாக

வும் விளங்கினாள். மரண தேவனான இயமன் அங்கே தோன்றி சத்தியவானின் ஆத்மாவைப் பற்றிய போது, பொது ஆய்வுக்கு அப்பாற்பட்ட, மறைவியலான, அக விழியால் அவள் பார்க்க முடிந்தது. அவள் மௌனமாகவும் வைரத்தைப் போன்ற உறுதியுடனும் இயமனைப் பின்தொடர்ந்து சென்றாள். இமயன் அவளைத் திரும்பிச் செல்லுமாறு பரிந்து கேட்டான். திரும்பிச் செல்ல அவள் மறுத்தாள். அவளுடைய அன்பின் உறுதியைக் கண்டு வியப்படைந்தான் இயமன். ஆனால் அதே சமயத்தில், அவளைத் தொலைத் தொழிய மிகவும் விரும்பிய இயமன் அவளுக்கு வரங்கள் பல தொடர்ச்சியாக அளித்தான். அப்படி அளித்துக் கொண்டிருந்த போது, உற்ற வேளையில், சத்தியவானின் மூலம் தாம் நூறு புதல்வர் பெறும் பாக்கியத்தை அளிக்குமாறு செய்தாள்!

ஆனால் சத்தியவான் இறந்துவிட்டானே அது எப்படி முடியும்? சாவித்திரியின் புத்திசாலித்தனத்தினால் ஏமாற்றப்பட்ட இயமன் சத்தியவானின் உயிரை மீண்டும் அளித்தான்.

## ஸ்ரீ அரவிந்தரின் சாவித்திரி

ஸ்ரீ அரவிந்தரின் கரங்களில் இப்பழங் கதையானது விரிவான தோர் உட்பொருளுடைய ஒரு குறியீடாக உருமாறியது. மானிடன் பலவீனம் மிக்கவன், மிக அற்பமானவன், சிறு திறனுடையவன். அவன் அறியும் அன்பு அரைகுறையானது, உருச் சிதைந்தது, சாக்காட்டின் கொடுமையை எதிர்த்து நிற்கமுடியாதது. சாவித்திரி சநாதனமானவள், என்றும் உள்ளவள், மிகப் பழங்காலத்தில் புறத்தே வெளிப்படுத்தப்பட்ட அவள், மன்பதையுடன் வளர்ச்சியடைந்து வந்திருக்கிறாள். காலவரம்பு அற்ற அவள் காலத்தின் கோலத்தையும் போட்டிருக்கிறவள். உலக மக்களுக்காகச் சாதனை செய்த அவள், அஞ் ஞானம் என்னும் அழிக்க அழிக்க வளர்ந்துவரும் பல தலைப்பாம்புக்கு முறிவான வெள்ளம்போல் பாயும் தெய்வீக அன்பை இட்டு வருவாள்.

## அசுவபதியின் பயணம்

'இம்மகா காவியத்தை நாம் காண்டம் காண்டமாகப் படித்து வருகையில், அசுவபதியுடன் இருண்ட கீழுலகங்களிலும்; ஒளி வீசும் மேலுலகங்களிலும் பிரயாணம் செய்கிறோம். சாவித்திரியுடன், மனம், இதயம், ஆன்மா ஆகியவற்றைச் சார்ந்த 'உள்நாடுகளில்' துணிந்து சென்று வல்லமை, துக்கம், ஒளி ஆகிய ஆன்மிக மூவகைச் சக்திகளையும் சந்திக்கிறோம்; இறுதியில் சித்தின் கனவு லோகத்தில்

விதியின்படி வருங்காலத்தில் மனிதன்... ☯ 109

சாவித்திரிக்கும் இயமனுக்கும் இடையே ஏற்பட்ட வாதப் போரில் மறுதிற வாதப் பொருள் ஏற்கப்படுவதைக் காண்கிறோம். என்றென்றும் இரவும் இருளும் ஆட்சிபுரியும் பிரதேசங்கள், இரட்டை மருள் மாலையொளி, என்றென்றும் திரும்பிவரும் திருநாள் ஆகியவற்றின் ஊடே போராட்டத்தின் நிலை மாற்றங்களைக் கூர்ந்து கவனித்து வருகிறோம். எல்லாம் முடிந்தபின், சாவித்திரியும் சத்தியவானும் இரவைக் கழிக்கத் தனியிடம் செல்கின்றனர். மற்றொரு மகத்தான தோர் உதயம் உதயமாகுமென உறுதியாக எதிர்பார்க்கப்படுகிறது." (டாக்டர் கே. ஆர். ஸ்ரீநிவாச ஐயங்கார்)

**மானிடத் துன்பங்களைத் தாங்கிய தாய்**

இக்காவியத்தில் முழு ஈடுபாடுடைய எவ்வாசகருக்கும் சாவித்திரியின் தனிச் சிறப்புகள், பண்புகள் ஆகியன புதுக் கண்டு பிடிப்புக்கான சொல்லரிய இன்பங்களை அளிப்பனவாக உள்ளன. அவளுடைய ஆன்மா மனிதரிடம் துன்பங்கள், துயரங்கள், மனக் கவலைகள் ஆகிய யாவற்றையும் தாங்கும் தாயாக விளங்குவாள்.

> பிரபஞ்சத்தைக் கடுந்துயரம் நிறைந்த தன் உடலாகவே ஏற்று, துனபங்கள் ஏழையும் கொண்டுள்ள தாயார் குருதி வடியும் தன் இதயத்தைக் குத்தி ஊடுருவின ஏழு கத்திக் குத்துக்களையும் தாங்கினாள். விசனத்தின் அழகு அவளுடைய முகத்தில் தயங்கி நின்றன, பழைய காலத்தில் அவள் வடித்த கண்ணீர் விட்டுச்சென்ற கறையினால் அவளுடைய கண்கள் மங்கலாயிருந்தன. உலகின் வேதனையால் அவள் உள்ளம் விண்டிருந்தது.
>
> -சாவித்திரி VII 4

**பேரொளி வீசிய தாய்**

> ஆனால் அங்கும் அவள் பேரொளி வீசும் தாயாகவே விளங்கினாள், வானுலகு தன் அழகொளி அவள் கண்களில் படும்படித் திறந்துகாட்டியது. அவளுடைய பாதங்கள் நிலாக் கதிர்கள் போலவே சோபித்தன. அவளது முகம் பகலவனைப் போலவே பிரகாசித்தது. அவளது புன்னகை, பட்டுப் போன, புண்பட்ட இதயத்தைத் துளிர்த்து வாழவும்

அமைதிக்கரங்களை உணரவும் அதை அறிவுறுத்தி இணங்கச் செய்யவும் முடியும்.

-*சாவித்திரி* VII 4

**சாவித்திரி காவியத்தின் தனிச் சிறப்புகள்**

காவியமொன்று காவியநாயகன் **ஒருவரின் தனிச் சிறப்பு** வாய்ந்த வீரத்தைக் குறிப்பிடுகின்றது. உலகக் காப்பியங்களின் முழு வரிசையிலும், **சாவித்திரி ஒன்றில்தான்** ஒரு பெண் காப்பிய நாயகியாக விளங்கினாள். **சாவித்திரியின் தனிச் சிறப்பு** இதுவேயாம்:

மிக இருண்ட சக்திகளினிடையே அவளும் இருக்கிறாள். அண்ட வெளியின் தீவினைகளும் தவறுகளும் இழைத்த கொடுமைகள், காயங்களை ஆற்றவும், அஞ்ஞான உலகின் அவலத்தை தெய்விக ஆனந்தமாகவும் தெய்விகப் பேரின்பத்தின் புன்னகையாகவும் பரவசமாக மாற்றவும் அவள் வேலை செய்கிறாள்.

-*சாவித்திரி* III.2

**உணர்வுலோகத்தின் நடைபெறும் போராட்டம்**

உலகப் பெருங்காப்பியங்களில் போராட்டமானது இன்றியமையாமல் புறத்தில் நடைபெறும் போராட்டமாகவே உள்ளது. (அத்தகைய போராட்டங்களில், இயல்பாக மறை பொருளுடைய படிநிலை எப்போதுமே உண்டு). சாவித்திரியின் போராட்டமோ, அடிப்படையில், உணர்வு லோகத்தில்[2] நடைபெறும் ஒரு போராட்டமாகும். ஸ்ரீ அரவிந்தர் தம் **வருங்காலக் கவிதையில்** கூறுகிறார்:

---

[2] சம்ஸ்கிருத மொழியில் உள்ள 'சித்து' என்பதைத் தமிழில் 'உணர்வு' என்கிறோம். 'உணர்வு' என்பது புலனறிவுக்கு உட்பட்ட உணர்ச்சியின்றும் வேறுபட்டதாகும். புலனறிவின் மூலமாகவன்றி உள்ளத்தில் தானாகவே தெரிந்துகொள்வதே உணந்து. ----- என்பதை தமிழில் உணர்வு லோகம் என்கிறோம். ஸ்ரீ அரவிந்தர், உடல், உயிர் மனத்தை மூன்று கீழுணர்வு லோகங்கள் என்றும் சூப்பர்மைண்ட் என்பதை நான்காவது, இடையேயுள்ள உணர்வு லோகம் என்றும், சத்சித் ஆனந்தத்தை, உயரிய உணர்வு லோகம் என்றும் கூறுவார்.

-மொழிபெயர்ப்பாசிரியர்.

கவிதையின் வடிவில் கூறப்படும் பெருங்கதையைப் பெருங்காப்பியம் என்பர். இது சாதாரணமாக மானிடனைப் பற்றியதாகவோ, உலகைப் பற்றியதாகவோ தேவர்களைப் பற்றியதாகவோ இருக்கும். இது புறச்செயல்களை உயிரோட்டத்துடன் உருப்படுத்திக் காட்டவேண்டுமென்பது இன்றியமையாததல்ல. தெய்வம் நியமித்தபடி ரோமாபுரி அமைக்கப்படல், இந்தியப் பெருங்கவிதைகள் அளித்தபடி நன்மை தீமை என்னும் கொள்கைகளின் போராட்டங்கள்; பல நூற்றாண்டுகளின் வரலாற்றுக் காட்சி அணிகள், நமக்கு அப்பாலுள்ள மூவுலகங்களில் தீர்க்கதரிசி செய்யும் பயணம் இவை யாவும் பெருங்காப்பியங்களைப் படைத்துத் தரும் மகாகவியின் கற்பனைக்கு, பழங்காலப் போர்கள், துணிகரமான, வீரதீரச் செயல்கள் ஆகியவற்றைப் போலவே தகுதி வாய்ந்த ஆய்வுப் பொருள்களாம். ஆன்ம காவியங்கள் தாம் காவியகர்த்தன் எழுதக்கூடிய மிகப் பெரிய விஷயங்கள். அவை தம் அகவிழியால் உள்ளுக்குள்ளே கண்டு அனுபவித்தவை. அந்தர்ஞானக் கவிதைகள் இவ்விதமாகவே ஆக்கப்பட்டவை. இவ்வகையான உன்னதமான கவிதையைத் தான் வருங்காலத்திய ஆழந்த, வலிமைமிக்க குரலிலிருந்து நாம் எதிர்பார்க்கிறோம். வானில் தொலைவெல்லையில் மிக விரைவாகப் பறந்து செல்லும் பறவையைப்போல, கவியானவன் எட்டாத அவா உயர்விலும், எண்ணங்கள், வரம்புகடந்த சிந்தனைகள், கற்பனைகள் ஆகியவற்றின் உயர்விலும் பறந்து சென்று பாடுகிறான். இது இந்நிலையிலிருந்து அவன் பாடும் பாட்டாக இருக்கலாம். இதுவே உயர்ந்த உச்சநிலையில் இருந்தும், அகவிழியின் பரந்த காட்சி எல்லையிலிருந்தும் மானிட ஆர்வ எழுச்சியின் வருங்கால விதி அல்லது நல்வாய்ப்புக்களையும், மனிதனிடமும் உலகிலும் இறைவனின் திருமுன்பையும், போக்குகளையும் செயல் நோக்கங்களையும் வெளிப்படுத்தும்.

**மானிடன் தன்னையும் மிஞ்சி மேலெழ வேண்டும்**

சாவித்திரி அகவல் நடையில் 23,813 வரிகள் உடையது; ஆங்கில மொழியில் அதுவே மிக நீண்டதொரு கவிதையாகும். அது மிக நுண்ணிய உட்பொருளுடையது. தேசியத்தன்மை வாய்ந்தது. அதன் கதை பாரத நாட்டின் பழைய பாரம்பரியத்தின் வழி

அமைந்தது. பண்டைய பாரதத்தின் இரு பெருங்காப்பியங்களான ராமாயணம், மகாபாரதம் ஆகியவற்றைப்போல, அதன் ஆன்மிகம் புவியுடன் கோத்துப் பின்னி இணைந்ததாகவே உள்ளது. இந்தியப் பெருங்காப்பியங்களின் ஆன்மிகம் துறவல்ல. மகாபாரதத்தில் குருக்ஷேத்திரப் பெரும்போர் நடக்கவிருக்கையில், வைராக்கியம் என்னும் உள்ளத்தெழுச்சி அருச்சுனனைத் தாக்கியும் அடக்கியும் ஆட்கொண்டபோது, ஸ்ரீ கிருஷ்ணன் தன் அருளாவேசத்தால் அவனை எழுச்சிபெறச் செய்து தன் கடமையைச் செய்யச் செய்தான். அப்போது அவன் உபதேசித்ததாவது: பணியைவிட்டு விலகி யிருப்பதே; பற்றின்றியும், இவ்வுலகில் ஒரு விழுமிய திட்டம் நிறைவேறவும், ஒரு கருவியைப்போலவும் பணி செய். இதுவே புத்தி விளக்கம் பெற்றவர் மேற்கொள்ளவேண்டிய உண்மையான பாதையாகும். அத்தகையத் தெய்விகத் திட்டமொன்று புவியில் மெல்ல மெல்ல மடல் அவிழ்ந்து மலர்ந்துவருகின்றதென ஸ்ரீ அரவிந்தர் தம் அகவிழியில் காண்கிறார். இத்திட்டத்தின்படி மானிடன் தன்னையும் மிஞ்சி மேலெழ வேண்டும்.

> சாக்காட்டுக்கு உட்பட்ட மானிடனின் உலகை வலிமை மிக்கதோர் இனம் தன் குடியிருப்பிடமாகக் கொள்ளும். இயற்கையின் சுடரொளி வீசும் உச்சிகளின்மீதும் சின்மயமான நிலப்பரப்பின்மீதும், மாமனிதன் வாழ்க்கையின் மன்னனாக ஆட்சி புரிவான்; இம்மண்ணுலகை விண்ணுலகுடன் தோழமை பூணச் செய்வான்; இரண்டையும் சரியிணையாக்குவான்.
>
> **-சாவித்திரி** XII

இதில் ஸ்ரீ அரவிந்தரின் மகாகாவியம் தேசிய அமைப்பையும் மிஞ்சி விளங்காப் புதிராக உள்ள படைப்பையும் மானிடனையும் தழுவு கிறது. இவை போன்ற உயரிய அம்சங்களை இதர காவியங்களில் காண்பதற்கில்லை என்று சொல்லமுடியாது. ஆனால் சாவித்திரியின் மானிடனின் எதிர்கால விதி வாய்ப்புக்களின் தீர்க்க தரிசனம் முதன்மையான ஒளிமயமாக விளங்குகிறது.

## சாவித்திரியின் உட்பொருள்

கே.டி.செத்னா அவர்கள் சாவித்திரி காவியம் அமைக்கப்பட்டு வந்த காலத்திலேயே, அதன் உட்பொருள் பற்றி ஸ்ரீ அரவிந்தருடன் மிக நெருங்கிய கடிதப் போக்குவரத்து நடத்தும் தனியுரிமை பெற்றிருந்தார். அதில் அவர் குறிப்பிட்டிருந்ததாவது:

“இம்மண்ணுலகதைச் சார்ந்த மானிட உள்ளம் தன் இறுதித் தன்மையுடன் மட்டுமே இங்கே காட்டப்படவில்லை. அது முடிவற்ற பரம்பொருளின்பால் கொண்டுள்ள ஏக்கத்தையும் பேரார்வத்தையும், கடவுள் அருள் வெளிப்பாட்டுக்கு உரிய நிறைவேற்றத்தையும் காட்டுகிறது. இந்நிறைவேற்றமானது மறை மெய்ம்மை சார்ந்த ஒளியுடன் செறிவுற்றிருப்பினும், நாம் புரிந்து கொள்ளும் வாசகத்தில் மீண்டும் மீண்டும் தீட்டிக் காட்டப் படுகிறது. இது காலத்தின் இயக்கங்களில் உறையும் அநாதியாம் இறைவனைமிக மிகத் தெளிவாகத் தெரியச் செய்கிறது. உள் மனம் அல்லது அடிமனத்தில் ஆழ்ந்து சென்று அங்கே கண்டவற்றையும், கற்பனையில் கண்டவற்றையும் கவிதை அல்லது கலையில் வெளிப் படுத்தும் ஒருவகைக் கலைஞர் உள்ளனர்.

## கவிக்குப் பின்புறமாக ஒரு மகா யோகி

அவர்களை ‘சர்ரியாலிஸ்ட்ஸ்’ என்பர். இவர்கள் கூறுவது தெளிவாக இராது. ‘சிம்பொலிஸ்ட்ஸ் குறியீட்டாளர், எனப்படும் கலைஞர்களும் புரியாதபடியும் பிடி கொடுக்காமலும் எழுதுவர். ஸ்ரீ அரவிந்தர் இவர்கள் எவர்களையும்போலத் தம் காவியத்தை எழுதவில்லை. அவர் வெறும் கவிஞராக மட்டும் இருக்கவில்லை. கவிக்குப் பின்புறமாக மகா யோகி ஒருவர் உள்ளார். ஐயம் தெளிவித்து அறிவு கொளுத்துவதே அவர் பணி. குழப்பம் செய்வதோ புதிரிடுவதோ அல்ல. அவருடைய வேர்கள் யாவும் இந்தியாவின் மிகப் பழமைவாய்ந்த ஆன்மிகத்தில் ஆழ்ந்துள்ளனவாயினும், இக்காலத்திய நவீனர்களில் அவரும் ஒரு நவீனராகவே விளங்குகிறார். புதியதொரு இறைநிலை, இணைவுப்பான்மை வளர்ந்து வருகின்றது. மனத்திலிருந்து விஞ்ஞானத்திற்கு (சூப்பர் மைண்ட்டுக்கு) கூட்டாக முன்னேறும் உணர்வு ஒன்றுண்டு. அரசியல், சமூகக் கொடுங்கோல் போடும் விலங்குகள் அல்லது தடைகளை மட்டுமல்ல; மன அஞ் ஞானம் போடும், தளைகளையும் உடைத்தெறிந்து கடவுளை நோக்கிப் பரிணாமமடைந்துவரும் ஒரு முழு உலகம் உண்டு. இவை யாவற்றையும் தம் அகவிழியில் அவர் காண்கிறார். அவர் தீர்க்கதரிசி. இறைவனின் ஜனநாயகமொன்று மானிடனை விடுவிக்கவேண்டும் என்பதே அவரது குறிக்கோள். அவற்றையெல்லாம் அவர் சாவித்திரி யின் வாயிலாக வெளிப்படுத்துகிறார்.

"ஒவ்வோர் இதயத்தோடும் ஒன்றி வளர்ந்த ஓர் இதயம் ஒரு தனி மனிதனின் தனித்த சுதந்திரத்துடன் திருப்தியடைய முடியாது. ஆர்வத்துடன் எழும் உலகின் பிரதிநிதி நான். என் ஆன்மா அடைந்துள்ள சுதந்திரத்தை நான் அனைவருக்குமாகக் கேட்கிறேன்."

* * * *

# அனுபந்தம்

## பரமன்

அபாயத்தின் குளம்புகள் பேரொலி செய்ய[1] பின்புறமாக நான் அமர்ந்திருந்தேன். தெருவில் கூச்சல்களும் கோஷங்களும் கேட்டன. அவை வருங்காலவாதிகளின்[2] விளையாட்டு மனப் போக்குகள் போலவே

---

[1] பரமன் என்னும் தலைப்புடைய இக்கவிதை 1938ஆம் ஆண்டில், அதாவது, இரண்டாம் உலக யுத்தம் தொடங்கும் சமயத்தில் எழுதப்பட்டது. இட்லரின் ஆரவாரமும் முஸோலினியின் போர் வெறி செய்த கோஷங்களும் ஸ்ரீ அரவிந்தரின் செவியில் விழுந்து கொண்டிருந்தன என்று நாம் ஊகிக்கலாம். இந்தச் சூழ்வில் ஸ்ரீ அரவிந்தர் அமைதியாக அமர்ந்திருந்தார் என்பதும், இறைவன் தம்மைச் சூழ்ந்து கொண்டிருந்தார் என்பதும், இக்கூச்சலிலும் கோஷங் களிலும், போர்க்கோலத்திலும் பரமன் இருப்பதை உணர்ந்தார் என்பதுமே இக்கவிதையின் பரந்த பொருள் ஆகும் என்று எண்ணு கிறோம். பதத்திற்குப் பதம் அப்படியே மொழிபெயர்த்துள்ள முதல் பாட்டில் எவரும் இப்பொருளை உணரமாட்டார்கள். குளம்பின் பேரொலி நாஜிகளின் மின்னல் தாக்குக்குக் குதிரைப் படை செய்த அபாயங்களையும் அதிர்ச்சியையுமே குறிப்பிடுகின்றன என்று தோன்று கின்றது.

-மொழிபெயர்ப்பாசிரியர்

[2] வருங்காலவாதிகள் யார்? வருங்கால வாதம் என்பது இத்தாலியில் 1908ஆம் ஆண்டிலேயே தோன்றியதோர் இலக்கிய, கலை இயக்கம். இந்த இயக்கத்தைத் தொடங்கியவர் கலைஞர் மாரினொட்டி. இந்த இயக்கத்தினர் வெளியிட்ட கொள்கை விளக்க அறிவிப்பில் கூறியிருப்பதாவது: “சிறைப்பட்ட கைதிகள், நோயாளிகள், பலவீனர்களுக்கு வருங்காலம் என்பது கிடையாது. நாங்கள் போரைச் சிறப்பித்துப் பாடுவோம். உலகின் உடல்நலத்திற்காக நாம் போராட வேண்டியதே. நாட்டுப் பற்றும் நம்மைப் போர் செய்யத் தூண்டுகிறது. “கவிதை வலியத் தாக்கும் மனப்பான்மையை மக்களிடம் வளர்க்கவேண்டும். வலியத் தாக்கும் மனப்பான்மையையும் பலாத்காரத்தையும் பாராட்டாத கவிதை மிக மட்டமானதொரு கவிதையேயாகும். இரண்டாம் போர் நடந்தபோது இயக்கம் பாஸிஸ்ட் முறைகளை ஆதரித்திருக்கிறது.

-மொழிபெயர்ப்பாசிரியர்

காணப்பட்டன. திடுமென இயற்கையின் வரிப் பள்ளங்களையும் மிஞ்சி, இறைவனே தன் உடலால் என்னைச் சூழ்ந்திருந்ததாக உணர்ந்தேன். என் தலைக்கு மேலே மகத்தானதொரு தலை காணப்பட்டது. சாகாமையின் (அமுத நிலையின்) அமைதி நிலவும் ஒரு முகம் அது. சர்வ சக்திவாய்ந்த உற்று நோக்கும் பார்வையாம் அது, தன் இறைமை யின் அகன்ற வட்டத்தில் காட்சியளித்தது.

அவருடைய தலைமயிர் சூரியனுடனும் காற்றுடனும் ஒன்று பட்டிருந்தது. உலகம் அவருடைய இதயத்திலிருந்தது. நான் அவராகவே இருந்தேன். என்னிடம் என்றுமுள அமைதி குடி கொண்டிருந்தது. என்றும் அழிவில்லாத ஏகப் பரம்பொருளின் வலிமை என்னிடம் இருந்தது.

அந்த நேரம் கடந்தது. யாவும் முன் இருந்ததுபோலவே இருக்கலாயின. அந்த சாக்காடற்ற நினைவை மட்டுமேதான் தாங்கி யிருந்தேன்.

**கல்லில் உறையும் தேவி**

தேவர்களின் ஒரு நகரில், ஒரு சிறிய கோயிலில், செதுக்கப்பட்ட உறுப்புக்களிலிருந்து பரமன் என்னை நோக்கினான். சாக்காடற்ற தெய்விகமான, ஜீவனுள்ள திருமுன்பு அவன், முடிவுற்றது எல்லா வற்றையும் தன்னுள் கொண்டதொரு வடிவம் உடையவன் அவன்.

உலகப் பேரன்னை அவள். அவளுடைய திருவுள்ளக் கருத்து வலிமைமிக்கது. இரண்டுமே உலகின் ஆழ்ந்த தூக்கத்தில் குடியிருந்தன. குரலற்ற, சர்வ சக்திவாய்ந்த, ஆராய்ந்தறியக் கூடாத அவள், பாலை வனத்திலும், கானகத்திலும், கடலின் ஆழத்திலும் உள்ள அவள் பேசாமடந்தையாகவும் இருந்தாள்.

இப்போது மனம் என்னும் திரையினுள் வசிக்கும் அவள் ஒரு சொல்கூடப் பேசுவதில்லை. குரலற்றவளும், ஆராய்ந்து அறியக் கூடாதவளும், அகிலமும் அறிந்தவளாயும் உள்ள அவள், தன் விசித்திரமான உடம்பொடு கூடிய உருவத்தின் ரகசியத்தை நம் ஆன்மா கண்டு கேட்கிறவரையில் மறைந்துகொண்டே இருப்பாள்.

வழிபடும் பக்தனிடமும் அசையா வடிவிலும் உறைபவள் அவள் ஒருத்தியே. அழகும் விளங்கா மெய்மையும் உடையவள் அவள். கல்லிலோ உடலிலோ அவளைத் துணியால் மூடி ஒப்பனை செய்யக்கூடும்.

## ஆண்டவன் வரும் நேரம்

சில நேரங்கள் வருகின்றன; அப்போது பரமனின் சைதன்னியம் மானிடரிடையே பரவி இயங்குகின்றது; அவன் உணர்வும் சக்தியும் நம் ஜீவனில் ஊடுருவி நம்மை உருமாற்றுகின்றன; இதர நேரங்களில் பரமனின் சைதன்னியம் ஒதுங்கிவிடுகிறது. அவனுடைய சக்தி வேலை செய்வதில்லை; மானிடர் தம் அகந்தையின் ஆற்றலுக்கும் பலவீனங்களுக்கும் விட்டுவிடப்படுகின்றனர். முதல் சொன்ன காலங்களில் சொற்ப முயற்சியும் பெரும் பயன் அளித்து நம் விதியை மாற்றிவிடுகின்றது. இரண்டாவதாகச் சொன்ன காலங்களில், மானிடன் எவ்வளவு முயன்றாலும் சொற்ப பலனையே அடைகிறான். பின் சொன்ன காலங்கள் முன்சொன்னவற்றிற்கு அடிகோலி ஆயத்தப்படுத்தலாம். மானிடனின் சிறு வேள்வியும் வானை எட்டி ஆண்டவன் அருள் மழை பொழியச் செய்கிறது.

ஆண்டவன் வரும் தருணத்தில் மனிதனோ நாடோ உறங்கி விடலாம். அல்லது அத்தருணத்தைப் பயன்படுத்தத் தயாராக இல்லாமல் இருந்துவிடலாம்; ஆண்டவனை வரவேற்பதன் பொருட்டு விளக்கேற்றி அதைத் தூண்டிப் பிரகாசமாக எரியச் செய்யாமல் இருந்துவிடலாம்; அழைப்பையும் கேட்காமல் காதை அடைத்துக் கொண்டு விடலாம். அவ்விதம் செய்யும் மனிதன் அபாக்கியன்; அவ்விதம் செய்யும் நாடு துரதிருஷ்டமான நாடாகும். ஆற்றலுடையோராக இருக்கலாம்; தயாராகவும் இருக்கலாம். ஆனால் அத்தகையோர் தம் ஆற்றலை வீணாக்குவர்; தருணத்தைத் துர்வினியோகம் செய்வர். அந்தோ! அவர்கள் மும்மடங்கு கேடுறுவர். அவர்கள் அடையும் மகத்தான நஷ்டமும் அழிவும் ஈடு செய்ய முடியாதன.

ஆண்டவன் வரும் தருணத்தில், ஆத்ம வஞ்சனை, கபடம், தற்பெருமை ஆகியவற்றினின்றெல்லாம் உன் ஆத்மாவைத் தூய்மை செய். உன்னுள் உள்ள சைதன்னியத்தை நேராக நோக்கவும் உன்னை அழைக்கும் குரலைக் கேட்கவுமே அவ்விதம் செய். உன் இயற்கையின் இரண்டகம் ஒரு காலத்தில் கர்த்தனின் விழியினின்றும் லட்சியத்தின் ஒளியினின்றும் உன்னைப் பாதுகாத்தது. இப்போது உன் கவசத்தில் பிளவேற்படுத்தித் தாக்குதலுக்கு உரியதாக்கிவிட்டது. அந்த நேரத்தில் நீ வென்றாலும், அது உன் ஆபத்துக்கேயாம். ஏனெனில் அடி மீண்டும் திரும்பிவந்து உன் வெற்றிக்கு இடையில் உன்னை வீழ்த்திவிடும். ஆனால் தூய்மையாக இருந்து பயம் யாவற்றையும்

ஒழி. ஏனெனில் இது பயங்கரமான நேரம்; தீயும் சுழற்காற்றும் புயலும் அடிக்கும் நேரம்; செக்கில் வைத்து ஆடுவதுபோன்ற நேரம்; ஆண்டவன் சினம் பொங்கும் நேரம், தன் உண்மையில் தீரமாக நிற்பவன் எவனோ, அவன் மீளுவான், வீழ்ந்தாலும் மீண்டும் எழுவான்; காற்றில் அடித்துக்கொண்டு போகப்படுவதுபோலத் தோன்றினாலும், அவன் திரும்பி வருவான். உலக விவேகம் உன் செவியில் எதையேனும் அந்தரங்கமாகக் கூறவிடாதே. ஏனெனில் எதிர்பாராதது நிகழும் நேரமிது.

## சுதந்திரத் திருநாளுக்காக விடுக்கப்பட்டுள்ள செய்தி

**1947**ஆம் ஆண்டு, ஆகஸ்ட் 15ஆம் நாள் சுதந்திர பாரதத்தின் பிறந்த நாளாகும். பழைய சகாப்தத்தின் முடிவையும், ஒரு புதிய சகாப்தத்தின் தொடக்கத்தையும் அது அவனுக்குக் குறியிடுகிறது. ஆனால் அதை நாம் ஒரு சுதந்திர சமுதாயம் என்ற முறையில் நம் வாழ்க்கையாலும் செயலாலும் முக்கியமானதொரு தேதியாக ஆக்கக்கூடும். உலகம் முழுதுக்கும் மக்கட்குலத்தின் அரசியல், சமூக பண்பாட்டின், ஆன்மிக வருங்காலத்திற்கும் புதிய யுகம் ஒன்று திறந்துவிடப்படுகின்றது.

ஆகஸ்ட் மாதம் 15ஆம் தேதி என் சொந்த பிறந்த நாளும் ஆகும். அந்நாள்மிக விரிவான உட்பொருளை, தனிச் சிறப்பை மேற்கொண்டிருப்பதானது எனக்கு இயல்பாக மகிழ்ச்சியளிக்கிறது. தற்செயலான இந்த இணைவு யாதொரு கருத்துமின்றியும் எதிர் பாராமலும் நிகழ்ந்தது என நான் கொள்ளவில்லை. அது தெய்வ சக்தியின் முழு அனுமதியையும் அங்கீகாரத்தையும் பெற்றுள்ளது என்றே நான் கருதுகிறேன். என் வாழ்க்கையை எப்பணியுடன் ஆரம்பித்து இன்று தன் முழுப் பலனையும் தரத் தொடங்கியுள்ளதோ, அப்பணி செய்ய அத்தெய்விக சக்தியே எனக்கு வழிகாட்டியுள்ளது. உண்மையில் என் வாழ்க்கைக் காலத்திலேயே தம் குறிக்கோள்கள் நிறைவேற்றம் அடையும் என நான் நம்பின உலக இயக்கங்களில் பெரும்பாலானவற்றை இன்று நான் கவனமாக நோக்கமுடியும். இவை கண்ட கனவுகள் அனுபவ சாத்தியமானவையல்ல என அக்காலத்தில் தோன்றியபோதிலும், இன்று தம் முழுப்பலனையும் அடைந்து தம் நிறைவேற்றத்திற்கான வழியில் ஏற்கனவே சென்று கொண்டிருக்கின்றன. இந்த இயக்கங்கள் யாவற்றிலும் சுதந்திர இந்தியா பெரும் பங்குகொண்டு தலைமைப் பதவி வகிக்கும்.

இக்கனவுகளில் முதலாவதானது- ஒரு சுதந்திர- ஒன்றுபட்ட இந்தியாவைப் படைத்துத் தரும் ஒரு புரட்சி இயக்கமாகும். இன்று இந்தியா சுதந்திரம் அடைந்துவிட்டாள். ஆனால் அவள் ஒற்றுமையடையவில்லை. ஒரு சமயத்தில், விடுதலையடைகிலேயே, பிரிட்டிஷார் நம்மை வென்று நாட்டைக் கொள்ளுமுன் தனித்தனி ராஜ்ஜியங்களாக இருந்துவந்த சூழப்பநிலைக்கே மீண்டும் திருப்பி விடுவான் போலிருந்தது. ஆனால் அதிருஷ்டவசமாக, இந்த அபாயம் தவிர்க்கப்பட்டு ஒரு பெரிய, ஆற்றல் வாய்ந்த, (இன்னும் முற்றும் நிறைவு வாய்ந்ததாக இராவிடினும்) ஒருமைப்பாடு ஒன்று ஏற்படக் கூடும் என்றே தோன்றுகின்றது. அன்றியும், இந்திய அரசியல் நிர்ணய மகாசபையின் புத்திசாலித்தனமான, தீவிரமான கொள்கையானது தாழ்த்தப்பட்ட வகுப்பினரின் பிரச்சினையானது. யாதொரு உட்பிரிவோ பிளவோ இன்றி தீர்க்கப்படுவதைச் சாத்தியமாக்கியது. ஆயினும், இந்து-முஸ்லிம்களின் வகுப்புப் பிரிவினை இப்போது நாட்டின் நிரந்தரமான அரசியல் பிரிவினையாக இறுகிவிட்டது போலவே காண்கிறது. இது முடிந்துபோன விஷயம் என்றோ என்றென்றும் இது நிலைத்திருக்குமென்றோ ஏற்றுக் கொள்ளப்படமாட்டாது என்றும், குறைந்தபட்சம் இது ஒரு தற்காலிகமான சூழ்நிலைக்கு இசைந்ததோர் ஏற்பாடாகவே இருக்குமென்றோ நம்பி இருப்போமாக. ஏனெனில், அப்பிரிவினை நீடித்திருக்குமானால், இந்தியா கவலை தரும் அளவுக்கு மிகவும் பலவீனமடைந்துவிடக்கூடும். ஆற்றல் கெட்டு நொண்டியாய் விடவுங்கூடும். குடிமக்களுக்கிடையே போராட்டங்களும், உள்நாட்டுக் கலகங்களும் என்றும் நீடித்திருக்கலாம்; புதிய படையெடுப்பொன்றும் அயலவர் வென்று நம்மீது ஆட்சி செய்வதும் சாத்தியமாகலாம். பாரத நாட்டின் உள்ளபிவிருத்தியில் வாழ்வு வளமும் தடைப் படலாம்; உலக சமுதாயங்களிடையே அவளுக்கு உரிய இடம் பலவீனப்படலாம். அவளுடைய வருங்கால நற்பேறுகள் பதங் கெடலாம் அல்லது செயல்கள் குலையலாம். இவ்விதமாக நிகழவிடக்கூடாது. பிரிவினை ஒழிய வேண்டும்; சமாதானமும் உடன் பாடும் மட்டுமல்ல, ஒன்றுசேர்ந்து செயல் புரியும் பழக்கமும், அதற்கான வழிவகையையும் அமைப்பதும், இன்றியமையாதன என மேன்மேலும் உணர்வதும் - இவையாவும் இயற்கையாக நிகழுமென நம்பியிருப்போமாக. இவ்விதமாக ஒற்றுமை எவ்வடிவிலாவது இறுதியில் ஏற்படலாம். இவ்வடிவில் அல்லது உருவில் அது அமைந்திருக்கும் என்று சரி நுட்பமாகச் சொல்ல இயலாது. இரு நாடுகளின் நலனுக்கும் பயன்படுகிற அளவில் அது அமைந்திருக்கும்.

எவ்விதமாகவாவது, எவ்வழியிலாவது பிரிவினை போகவேண்டும்; ஒற்றுமை ஏற்பட்டாகவேண்டும்; அது ஏற்படுமென்பதில் ஐய மில்லை. ஏனெனில், இந்தியாவின் எதிர்காலப் பெருமைக்கு அது இன்றியமையாததாகும்.

ஆசிய மக்கள் எழுச்சிபெற்று விடுதலையடைவதும், மானிட நாகரிகத்தின் முனனேற்றுப் பாதையில் தனக்குரிய பெரும் பங்கைச் செலுத்தும் பணிக்கு மீண்டும் திரும்புவதும் பற்றியது மற்றொரு கனவு; ஆசிய எழுந்துள்ளது. பெரும் பகுதிகள் இன்று முற்றிலும் சுதந்திரேமடைந்துள்ளது; அல்லது விடுவிக்கப்பட்டு வருகின்றன. மற்ற பகுதிகள் சுதந்திரத்தை நோக்கிப் போராடிவருகின்றன. இன்றோ, நாளையோ மிகச் சொற்பமே இன்னும் செய்யவேண்டியிருக்கிறது. அவற்றின் விஷயமாக இந்தியாவுக்குத் தான் ஆற்றவேண்டிய பங்கு உள்ளது அதை அவள் ஆற்றலுடனும் திறமையுடனும் செய்ய ஆரம்பித்துள்ளாள். அவை அவள் சாதிக்கக்கூடியவற்றின் அளவை யும் உலக சமுதாயங்களின் ஆலோசனை சபையில் அவளுக்குரிய இடத்தையும் ஏற்கெனவே சுட்டிக் காட்டுகின்றன.

ஓர் உலகக் கூட்டரசு மூன்றாவது கனவாகும் மக்கட்குலம் அனைத்தின் நலமிக்க, ஒளிவீசும், விழுமியதொரு வாழ்க்கையின் புற அமைப்பாக அது விளங்கும் மானிட உலகின் அத்தகைய தொரு ஒற்றுமைப்பாடு இயங்கிக்கொண்டு வருகின்றது. அரை குறையானதும் போலித் தோற்றமுடையதுமான அது மிகப் பெரிய கஷ்டங்களை எதிர்த்துப் போராடி வருகின்றது. ஆனால் இயங்குவிசை அங்கே காண்கிறது. அது இன்றியமையாது அதிகரித்து வெல்லும்; இங்கும் இந்தியா முக்கியமானதொரு பங்கைச் செலுத்திவருகின்றது. இன்றைய நிலைமைகள், சமீபகால சாத்தியங்கள் ஆகிய வரம்புகளுக்கு உட்படா விரிவானதோர் அரசியல் மேதைப் பண்பை அவள் வளர்த்தும் வருங்காலத்தினுள் நோக்கியும், அதை அண்மையில் கொண்டுவரவும் முடியுமானால், அவள் அங்கே இருப்பதனால் வளர்ச்சியானது மந்தமானதாயும் பீதியியல்புடையதாயுமாகவும் இராமல் துணிச்சலும் விரையும் உடையதாக விளங்கும். நடந்துவருவதைத் திடுமென நேரிடும் விபத்தொன்று இடையே குறுக்கிட்டுத் தடுக்கலாம், அல்லது அடியோடு அழித்துவிடலாம். அப்போதுங்கூட முடிவு என்னவோ நிச்சயம். ஏனெனில், ஒருமைப்படுதல் என்பது இயற்கையின் இன்றியமையாத தேவையாகும். தவிர்க்கமுடியாததோர் இயக்கமாகும்.

உலக சமுதாயங்களுக்கு அது இன்றியமையாதது என்பது தெளிவு. அதின்றி, சிறு சமுதாயங்களின் சுதந்திரம் எந்த நேரத்திலும் ஆபத்துக்குட்படலாம்; பெரியனவும் ஆற்றல் வாய்ந்தனவுமான நாடுகளின் வாழ்க்கையுங்கூட பாதுகாப்பற்றதாகி விடலாம். ஆகவே, ஒருமைப்படுதல் என்பது அனைவரின் நலன்களுக்கும் உரியதே. மானிட ஏலா அறிவிலிகளும் மடமையும் தன்னலப் பற்றும் உடையவர் மட்டுமே இதைத் தடுக்கக்கூடும். இயற்கையின் இன்றியமையாத் தேவையையும் தெய்வத் திருவுள்ளக் கருத்தையும் இவர்கள் என்றென்றும் எதிர்த்து நிற்கமுடியாது. ஆயினும், புற அடிப்படை இருந்தால் மட்டும் போதாது; சர்வ தேசீய மனப்பான்மையும் நோக்கும் வளர்ச்சியடையவேண்டும். சர்வ தேசிய புறவுருவங்களும் நிறுவனங்களும் தோன்றவேண்டும். இரட்டை அல்லது பல நாடுகளையும் சார்ந்த குடியுரிமைகளும், கலாச்சாரப் பரிமாற்றங்களும் சுயேச்சையாக நடைபெறும் கலாசாரங்களின் கூட்டிணைவுகள் இத்தகைய வளர்ச்சிகளும் வேண்டியனவே. தன்னிறைவுபெற்ற தேசியம், போர் மனப்பான்மையை இழந்திருக்கும். சர்வதேசிய மனப்பானமையானது தன்னுயிர்க் காப்புணர்வு, ஒன்றோடொன்று இணைந்து நிறைவுபெற்ற பூரண நோக்கு ஆகியவற்றுடன் பொருந்தாது என இனியும் உணராது மக்கட்குலத்தை ஒருமையுணர்வு பற்றும்.

பாரத நாடு தன் ஆன்மிகச் செல்வத்தை உலகுக்கு நன்கொடையாக அளிக்கவேண்டும் என்பது மற்றுமொரு கனவாகும். இது ஏற்கெனவே ஆரம்பித்துவிட்டது. இந்தியாவின் ஆன்மிகம் ஐரோப்பாவிலும் அமெரிக்காவிலும் மேன்மேலும் அதிகமான அளவில் பரவிவருகிறது. அந்த இயக்கம் வளரும். காலம் செய்யும் துனபங்களுக்கு இடையேயும் விழிகள் அவளைநோக்கி நம்பிக்கையுடன் திரும்பிவருகின்றன; அவளுடைய போதனைகளின் பால் மட்டுமின்றி, அவளது சைத்திய (சித்துமயமான), ஆன்மிகப் பயிற்சிகளிலும் மேன்மேலும் கவனம் செலுத்திவருகின்றன.

மனிதன் சிந்திக்கவும், தனி மனிதனின் நிறைவையும், நிறைவுற்ற சமூகத்யும் பற்றிக் கனவுகாணவும் ஆரம்பித்ததுமுதல் சில பிரச்சினைகள் அவனைக் குழப்பமடைவித்தும் வெறுப்படையச் செய்தும் வந்திருக்கின்றன. மனிதனை மேன்மேலும் உயரிய உணர்வு நிலைகளுக்கு எழுப்பி இப்பிரச்சினைகளைத் தீர்க்க ஆரம்பிக்கக்கூடிய பரிணாமத்தின் ஓர் படிநிலை பற்றியது அவரது இறுதிக் கனவு.

இது இன்னும் தனி மனிதனின் நம்பிக்கையும் ஒரு கருத்துமாகவே இருக்கின்றது. இந்த லட்சியம், இந்தியாவிலும் சரி, மேலை நாட்டிலும் சரி, முன் நோக்கும் மனத்தினரைக் கவரவாரம்பித்துள்ளது. வழியிலுள்ள இடர்கள் வேறெந்த முயற்சித் துறையையும்விட வலிமைமிக்கவை ஆயினும், இடர்கள் வெல்வதற்காகவே உள்ளன. பரமனின் திருவுள்ளக் கருத்து மட்டும் அங்கிருப்பின், அவை வெற்றி கொள்ளப்படும். இங்கும் சைதன்னியத்தின் உள்ளுணர்வின் மூலமாகப் பரிணாமம் நடக்கவேண்டியதாயின், ஆரம்ப முயற்சிகள் இந்தியாவினின்றே வரக்கூடும். செயற்பரப்பு உலகமளாவியதாக இருக்கவேண்டுமாயினும், மத்திய அல்லது மூலாதாரமான இயக்கம் பாரதத் தாயினுடையதாகவே இருக்கும்.

இந்தியா விடுதலையடைந்த தேதியினுள் அடங்கியிருப்பதாக நான் கருதும் உள்ளடக்கம் இத்தகையதாகும். இந்த நம்பிக்கை நியாயமானதா, எவ்வளவு தூரம் நியாயமானதாகும் என்பவை புதிய சுதந்திர பாரதத்தைப் பொறுத்திருக்கும்.

\* \* \* \*

## சில மைல் கற்கள்

1872: கல்கத்தாவில் ஆகஸ்ட் மாதம் 15ஆம் தேதியன்று டாக்டர் கே.டி. கோஷுக்கும், ஒரு பெருந் தேசபக்தரும், தீர்க்க அகவிழியுடையவருமான ரிஷி ராஜ்நாராயண போஸின் மகளான சுவர்ணலதா தேவிக்கும் பிறந்தார்.

1879: இங்கிலாந்துக்கு அழைத்துச் செல்லப்பட்டு மான்செஸ்டரில் ட்ரூயெட்ஸ் குடும்பத்தினருடன் தங்கவிடப் பட்டார்.

1879-1883: ட்ரூயெட்ஸிடமிருந்து லத்தீன், பிரெஞ்சு மொழிகளைக் கற்றார். பாக்ஸ் குடும்ப மாகஸின் என்னும் பத்திரிகைக்குக் கவிதைகள் எழுதியனுப்பினார்.

1884-1889: லண்டனில் செய்ண்ட் பால் கல்லூரியில் படித்தார். முக்கிய பரிசுகள் எல்லாம் இவருக்கு வழங்கப்பட்டன.

1890: கேம்பிரிட்ஜில் கிங்க்ஸ் கலாசாலைக்கு மாணவர் ஒன்றோடு செல்கிறார். டிரைபாஸ் முதற்பகுதி உயர்ந்த எண்களுடன் தேறுகிறார். ஐ.ஸி.எஸ். போட்டிப் பரீட்சையில் தேறுகிறார். ஆனால் குதிரைச் சவாரிச் சோதனைப் பரீட்சைக்கு ஆஜராகவில்லை. இந்திய மஜ்லிஸின் காரியதரிசி.

1892: 'கமலும் குத்துவாளும்' என்னும் சங்கத்தின் உறுப்பினர். அது லண்டனில் இந்திய சுதந்திரத்திற்காக வேலை செய்ய அமைக்கப் பட்ட ஒரு ரகசியச் சங்கம்.

1893: பரோடா கெய்க்வாடுக்கு அறிமுகம் செய்து வைக்கப் பட்டார். பரோடா அரசாங்க உத்தியோகத்திற்கு நியமிக்கப்பட்டார். இந்தியாவுக்குத் திரும்பினார். அப்பாலோ பந்தரில் இந்திய மண்ணில் காலடிவைத்த உடனேயே சமாளிக்க முடியாத அளவு இருந்த பேரமைதியில் அவர் ஆழ்த்தப்பட்டார் - அவர் அதைத் தழுவினார். இதுவே அவர் முதன் முதலாகவும், உருப்படியாகவும் அடைந்த ஆன்மிக அனுபவ மாகும் பரோடா சர்வீஸில் சேர்ந்தார். பம்பாயில் நடந்து வந்த இந்து பிரகாஷ் பத்திரிகையில் மிகத் தீவிரமான

அரசியல் கருத்துக்கள் கொண்ட தொடர் கட்டுரைகள் சில எழுதினார்.

*1901:* கல்கத்தாவில், பூபாலசந்திர போஸின் மகளான மிருணானி தேவியைத் திருமணம் செய்துகொண்டார்.

*1902-1905:* பல தடவை வங்காளம் சென்றார். ரகசியப் புரட்சிச் சங்கங்களை அமைத்தார். தேசியவாதிகளை ஒருங்கு திரட்டினார். யோகம் பயில ஆரம்பித்தார்.

*1905:* வங்காளம் இரு துண்டுகளாகப் பிரிக்கப்பட்டது. பிரிட்டிஷாரின் மீது ஏற்பட்ட விரோதபாவம் அதிகரித்தது.

*1906:* விடுமுறையில் இருந்துவந்தபோது, விபினசந்திர பாலரின் அழைப்பின்மீது **வந்தே மாதரம்** பத்திரிகையின் ஆசிரியர் வேலையை மேற்கொண்டார்.

-பரோடா வேலையை ராஜிநாமா செய்துவிட்டுத் தேசிய கலாசாலையின் தலைமையாசிரியராக கல்கத்தா வந்தார். இந்திய தேசிய விழிப்புணர்ச்சியின் குறிக்கோள் பூரண சுயராச்சியமே எனப் பறையறைந்தார். சுதந்திரப் போராட்டத்திற்கான ஐந்து அம்சத் திட்டத்தை வெளியிட்டார்.

*1907:* சரித்திரப் பிரசித்திபெற்ற சூரத் காங்கிரஸ் தேசிய வாதிகளுக்கும் மிதவாதிகளுக்கும் இடையே ஏற்பட்ட பிளவு தேசியவாதிகள் ஸ்ரீ அரவிந்தரின் தலைமையின்கீழ்த் தனியாகச் சபை கூடினர்.

-அரசாங்கத்தார் **வந்தே மாதரத்தின்** மீது ராஜநிந்தனைக் குற்றஞ்சாட்டினர். குற்றச்சாட்டு தோல்வியுற்றது.

*1908:* அலிபூர் சதி வழக்குடன் தொடர்புபடுத்தப்பட்ட அவர் கைது செய்யப்பட்டார்- சிறைக்குள் அவருக்கு அலை அலையாக ஆன்மானுபவங்கள் பல வந்தன.

*1909:* விடுதலை செய்யப்பட்டார். தருமம், கர்மயோகி என்னும் பத்திரிகைகளை ஆசிரியராக இருந்து நடத்தினார்.

*1910:* தம் உள்ளத்தில் எழுந்த குரலைக் கேட்டு புதுச்சேரி சென்றார். கர்மயோகியில் வெளிவந்த கட்டுரையொன்று ராஜ

துரோக மானது எனக் கூறி அரசாங்கத்தார் அவரைக் கைது செய்ய ஆணை பிறப்பித்தனர். புதுவையில் தீவிர யோக சாதனையில் ஆழ்ந்தார்.

1914: ஆரியா என்னும் மாதப் பத்திரிகை வெளிவந்தது. அதில்தான் அவருடைய பெருநூல்கள் யாவும் தொடர்ச்சியாக வெளியிடப் பட்டன.

1918: மிருணாளினி தேவி கல்கத்தாவில் உயிர்துறந்தார்.

1920: ஸ்ரீ அரவிந்தரின் ஆன்மிக உடனுழைப்பாளரான ஸ்ரீ அன்னை ஆசிரமத்தில் சேர்ந்தார். ஆசிரமம் வளர ஆரம்பித்தது.

1926: ஸ்ரீ அரவிந்தர், அவர் தம் ஆன்மிகச் சொல் அட்டவணையில் உள்ள மனோதீதமான 'அதிமனம்' (ஓவர்மைண்ட்) என்னும் உயரிய உணர்வுநிலையை எட்டி அதன்மீது சித்தி பெற்றார். அது சூப்பர்மைண்ட் (விஞ் ஞானம்) என்னும் பேருணர்வு நிலையின், புதியதொரு சக்தியின் இறக்கத்திற்கு வழி திறந்துவிட்டது. அந்த விஞ்ஞானமே மனிதனின் பரிணாமத்தின் மிக உயர்ந்த நிலைக்கு மேலே தூக்கிவிடக்கூடியது.

1942-45: நேச நாடுகளின் படைகளின் வெற்றிக்காகத் தம் ஆன்மிக சக்தியைப் பயன்படுத்துகிறார். ஏனெனில், இட்லர் வென்றால், அது மானிடப் பரிணாமத் திட்டத்திற்கு ஒரு பெருந்தடை அல்லது பின்னடைவு ஆகும்.

1947: அவருடைய 75ஆம் பிறந்த நாளன்று நாடு முழுச் சுதந்திரம் அடைந்துவிட்டது.

1950: ஸ்ரீ அரவிந்தர் டிசம்பர் 5ஆம் தேதியன்று தம் பூதவுடலை விட்டார். உடலானது ஐந்து நாட்கள் சிதைவுக்கான யாதொரு குறியையும் வெளிப்படுத்தாமல் ஒளிவீசிக்கொண்டே இருந்தது. 9ஆம் தேதியன்று உடல் மகா சமாதியில் அடக்கம் செய்யப் பட்டது.

* * * *

## நூற்பட்டியல்

ஸ்ரீ அரவிந்தரின் எழுத்துக்கள் யாவும் ஸ்ரீ அரவிந்தர் பிறந்த நூற்றாண்டு விழா புத்தகாலயம் என்னும் பொதுப் பெயரின் கீழ் முப்பது தொகுதிகளில் வெளியிடப்பட்டு வருகிறது. வெளியிடுவோர்: ஸ்ரீ அரவிந்த ஆசிரமம், புதுச்சேரி-2.

ஆன்மிக விஷயமான பெருநூல்கள், முக்கியமான இலக்கிய சமூகவாத நூல்கள் ஆகியவற்றின் பட்டியல் வருமாறு: (தேதிகள் முதல் தடவையாக புத்தக உருவில் வெளிவந்தவை).

*1895:* மிர்தில்லா பாட்டுக்களும் இதர கவிதைகளும் (பரோடா)

*1896:* ஊர்வசி (பரோடா)

*1911:* விக்கிரமோர்வசி (கல்கத்தா)

*1915:* அகானாவும் இதர பாடல்களும் (புதுச்சேரி)

*1918:* கருமயோகியின் குறிக்கோள் (முதல் பதிப்பைக் கண்டு பிடிக்க முடியவில்லை)

*1919:* உத்தரபாரா சொற்பொழிவு (சந்திரநாகூர்) மானிட ஒற்றுமையின் லட்சியம் (சென்னை)

*1920:* மகாயுத்தமும் சுய நிர்ணயமும் (சென்னை)

*1921:* யோகமும் அதன் நோக்கங்களும் (சந்திரநாகூர்) காதலும் சாதலும் (சென்னை)

*1922:* மனிதன் அடிமையா, சுதந்திரனா?

*1922:* கீதைப் பேருரைகள் (முதல் தொகுதி) சென்னை. இரண்டாம் தொகுதி (கல்கத்தா)

*1924:* அன்னை (கல்கத்தா)

*1933:* இவ்வுலகின் புதிர் (கல்கத்தா)

*1935:* யோகம் - சில ஒளிகள் (ஹௌரா)

*1936:* யோகத்தின் அடிப்படைகள் (கல்கத்தா)

*1939:* தெய்விக வாழ்க்கை (கல்கத்தா) தொகுதி -1

*1940:* தெய்விக வாழ்க்கை (கல்கத்தா) தொகுதி -2

*1942:* ஒருங்கே திரட்டப்பட்ட கவிதைகளும் நாடகங்களும். இரண்டு தொகுதிகள், ஸ்ரீ அரவிந்த ஆசிரமம், புதுச்சேரி-2.

*1946:* அக்கினி சூக்தங்கள், ஸ்ரீ அரவிந்த ஆசிரமம், புதுச்சேரி-2.

*1949:* சமூக வளர்ச்சியின் உளப்போக்கு.

*1950:* சாவித்திரி-பழங்கதையும் குறியீடும், பகுதி- 1.

*1951:* சாவித்திரி-பழங்கதையும் குறியீடும், பகுதி - 2. ஸ்ரீ அரவிந்த ஆசிரமம், புதுச்சேரி-2.

*1953:* எட்டு உபநிடதங்கள் ஸ்ரீ அரவிந்த ஆசிரமம், புதுச்சேரி-2. இந்தியப் பண்பாட்டின் அடிப்படைகள், ஸ்ரீ அரவிந்த ஆசிரமம், புதுச்சேரி-2. தம்மைப் பற்றியும் அன்னையைப் பற்றியும் ஸ்ரீ அரவிந்தர் ஸ்ரீ அரவிந்த சர்வதேசக் கல்வி நிலையம், புதுச்சேரி-2.

*1955:* பூரணயோகம் - ஸ்ரீ அரவிந்தர் சர்வதேச கல்வி நிலையம், புதுச்சேரி-2. வேதம் ஸ்ரீ அரவிந்தர் சர்வதேச கல்வி நிலையம், புதுச்சேரி-2.

*1956:* வித்யாபதியின் கீதங்கள் ஸ்ரீ அரவிந்த ஆசிரமம், புதுச்சேரி.

1957: இலியோன் ஸ்ரீ அரவிந்த ஆசிரமம், புதுச்சேரி-2.

1958: ரோதோகுன் ஸ்ரீ அரவிந்த ஆசிரமம், புதுச்சேரி-2.

1959: பஸ்ஸோரா மந்திரிகள் - ஸ்ரீ அரவிந்த ஆசிரமம், புதுச்சேரி-2.

☻☻